U0093849

Häa-net.com
哈福網路商城

Häa-net.com
哈福網路商城

Häa-net.com
哈福網路商城

Häa-net.com
哈福網路商城

3分鐘

陳依僑 Felipe Gei ◎合著

立即說越南語

我把越南語變簡單了

哈福

簡易中文注音　快速學好越南語

今周刊和財訊二本雜誌接連著報導：東協大躍進，台灣囝仔成了東協闖王。

最近，郭台銘也說：東協是鴻海的下一個藍海。

　　國際貨幣基金報告，印、泰、菲、馬、越，東協五國的經濟規模，即將於明年首度超越亞洲四小龍，成為經濟成長中心。日本首相安倍晉三正積極投資東協國家公債，並協助日本企業在當地融資，日本大型企業開始轉進東協發展。從2012年開始，日本各大企業更是加碼投資越南，根據統計，到現在累計在越南投資案將近2000件，總投資金額近300億美元，是越南第一大外資。

　　韓國「三星」也斥資20億美元，建越南新廠，用在手機、數位相機和筆電生產，「三星」越南分公司預計，今年出口目標為近200億美元，比去年多30%。「樂金」亦斥資15億美元，在越南興建大型廠房。近幾年，大陸勞動成本不斷攀高，各國企業紛紛撤離大陸，大陸企業跟著出走，轉進前景看好的東協五國。

東協五國之一的越南，也幾乎成了世界各大企業爭相投資的新樂園

　　越南近年來旅遊業發展快速，異國優閒的熱帶風情、有「海上桂林」之稱的下龍灣，加上物美價廉的消費，吸引台灣觀光客前往。能懂些越南語，觀光、經商、工作都能更便利。超級玩家擁有本書，聽說指比都可通，開口殺價、逛街血拼，變得真容易，不怕被當成觀光客痛宰。在最短時間學到一口流利、實用的會話，玩得自由自在。

　　在台灣的越傭、監護工、越勞，越南新娘約有10萬，成為台灣的一份子。隨著中越經貿往來的密切，也有不少到越南洽公、商務

的人士。台商自己懂一點兒越南語,加強與本地人溝通,才不怕中間的翻譯有問題,突破語言隔閡,解決溝通不良的困擾。

能夠融入當地環境、說他們的語言,和他們交朋友,瞭解當地的民情風俗及表達方式,觀光旅遊也能倍增樂趣。本書是專為您量身訂做的經商、旅遊隨身書,為了滿足讀者學習越南語的需求,從字母發音開始介紹,精選情境會話和必備單字,句句實用,每句越南語和單字都有中文注音,會中文就能能說越南語,易學易懂,即學即用。

從踏上越南會面臨到的各種情況,從食衣住行、住宿、交通、物、買特產、娛樂、匯兌、郵寄等層面,盡在本書中,看中文或拼音,就能立刻說越南語,完全沒有學習的負擔,開口流利又道地,輕鬆學好越南語。幫助讀者在最短時間快速學習,達到溝通目的,是初學及自修的最佳幫手,讓自己成為多國語的優秀人才。

為加強學習效果,最好能搭配附贈的MP3,學習純正道地的越南語,有助你掌握實際的發音技巧,加強聽說能力。附贈的MP3,從發音開始,中文唸一遍、越南語唸兩遍,第一遍為正常速度,第二遍唸稍慢,並留空讓讀者覆誦練習。請讀者注意錄音老師的唸法,跟著老師的發音,才能講出最標準的語調,反覆練習,自然說出一口純正的越南語。

本書特色

中文注音學越南語:會說中文就能說越南語,活學活用、現學現賣,讓您玩得樂、說得流利,大家都能輕鬆開口說越語。

聽MP3:中文、越南文、中文拼音對照超實用,實況對話現學現用,快速溝通有方法。越南文不熟沒關係,你指中文、他看越南文嘛耶通。從字母及發音入門,輕鬆學習零壓力,打好越南語基礎。

一、飲食篇

ĂN UỐNG 安翁

二、購物篇

SẮM SỬA 殘捨

三、觀光篇

THAM QUAN 探觀

四、生活篇

SINH HOẠT HÀNG NGÀY 興化沆愛

五、意外篇

SỰ CỐ 事國

六、溝通篇
TRAO ĐỔI (NÓI CHUYỆN) 招兌（挪券）

七、商務篇
THƯƠNG MẠI 騰賣

八、住宿篇
Ở TRỌ 噁這

越南語快速入門

越南語簡介

　　越南語是單音節語言，一個音節是一個讀音單位，都有一定的意義。越南語字母是以羅馬系統拼寫，現代越南語是以河內話為標準語，越南語的語音系統包括19個子音、11個母音和6個聲調，6個聲調符號出現在母音的上方或下方。

▌子音和母音

子音表

	字母	音標			字母	音標
1	b	b		11	d,gi,r	z
2	m	m		12	l	l
3	p	p		13	ch,tr	c
4	ph	f		14	nh	ŋ
5	v	v		15	c,k,q	k
6	th	t'		16	ng(ngh)	ŋ
7	t	t		17	kh	x
8	đ	d		18	g(gh)	r
9	n	n		19	h	h
10	x,s	s				

母音表

	字母	音標
1	i	i
2	ê	e
3	e	ε
4	u	ɯ
5	o	ɤ
6	a	ɑ

	字母	音標
7	u	u
8	o	o
9	o	ɔ
10	a	r
11	a	ɑ

▍聲調介紹

越南語有六個聲調：第一聲為平聲（bằng）、第二聲為玄聲（huyền）、第三聲問聲（hỏi）、第四聲為跌聲（ngã）、第五聲為銳聲（sắc）、第六聲為重聲（nặng）。

聲調表

調序	越語名	調名	調	調號
1	bằng	平聲	高平	-
2	huyền	玄聲	陽平	`
3	hỏi	問聲	陽上	?
4	ngã	跌聲	陽上	~
5	sắc	銳聲	陽去陽入	´
6	nặng	重聲	陽去陽入	.

字母表			
字母		名稱	
大寫	小寫	越語讀音	音標
A	a	a	ɑ
Ă	ă	á	ă
Â	â	ớ	r
B	b	bê	be
C	c	sê	se
D	d	dê	ze
Đ	đ	đê	de
E	e	e	ɛ
Ê	ê	ê	e
G	g	giê	ze
H	h	hát	hat
I	i	i	i
K	k	ca	ka
L	l	e-lơ	ɛlv
M	m	em-mờ	ɛmv

字母		名稱	
大寫	小寫	越語讀音	音標
N	n	en-nờ	ɛnv
O	o	o	ɔ
Ô	ô	ô	o
Ơ	ơ	ơ	ʌ
P	p	pê	pe
Q	q	cu	ku
R	r	e-rờ	ɛrv
S	s	ết-sì	ɛtsv
T	t	tê	te
U	u	u	u
Ư	ư	ư	w
V	v	vê	ve
X	x	ich-sí	iksi
Y	y	i-dài	izai
		(ì-cờ-rét)	(ikvrɛt)

一

飲食篇

ĂN UỐNG

安翁

1 吃早餐
ĂN SÁNG
安嗓

在哪裡吃早餐？

Ăn sáng ở đâu?
安嗓噁都

早餐幾點開始？

Bữa sáng mấy giờ bắt đầu?
跛嗓埋仄拔豆

飯店的早餐是不是自助式的？

Bữa sáng ở khách sạn theo kiểu tự phục vụ có phải không?
跛嗓噁卡善挑苟杜服務格緋空

我要點菜。

Tôi muốn gọi món (Tôi muốn kêu đồ ăn).
堆門貴門（堆門糾度安）

我要火腿和煎蛋。

Tôi muốn ăn dăm bông và trứng chiên.
堆門安燕崩法政煎

我要一份烤吐司配果醬。

Cho tôi một suất bánh mì nướng phết mứt trái cây.
遮堆莫鎖榜密能肥磨宅該

我要法國麵包和牛奶。

Cho tôi bánh mì Pháp và sữa bò.
遮堆榜密乏法捨播

我的咖啡要續杯。

Rót thêm cà phê giúp tôi.
若騰尬非足堆

再給我一些奶精和糖。

Cho tôi thêm một chút sữa và đường.
遮堆騰莫逐捨法瞪

你要喝什麼飲料？

Ông (bà) muốn dùng đồ uống gì?
翁（霸）門縱度翁記

我要冰紅茶。

Cho tôi hồng trà đá.
遮堆轟炸達

給我一杯柳橙汁。

Cho tôi ly nước cam.
遮堆哩挪柑

17

單字一點通 TỪ MỚI-DỄ HỌC DỄ NHỚ 度每-子賀子呢

中文	越南語	中文拼音
麵包	Bánh mì	榜密
法國麵包	Bánh mì Pháp	榜密乏
吐司	Bánh mì vuông	榜密汪
鬆餅	Bánh xốp	榜素
三明治	Bánh Sandwich	榜三於治
總匯三明治	Bánh Sandwich thập cẩm	榜三於治特艮
雞肉三明治	Bánh Sandwich nhân thịt gà	榜三於治嫩替尬
沙拉	Salát	沙拉
牛油	Bơ	撥
果醬	Mứt trái cây	磨宅該
花生醬	Mứt đậu phộng	磨豆奉

中文	越南語	中文拼音
培根	Ba rọi xông khói	八作鬆暌
熱狗	Xúc xích	俗席
起士	Pho-mai (Pho-mát)	佛埋 （佛麻）
火腿	Dăm bông	陽崩
煎蛋	Trứng chiên (Trứng rán)	政煎 （政然）
荷包蛋	Trứng ốp-la	政無拉
水煮蛋 （白煮雞蛋）	Trứng luộc (Hột gà luộc)	政落 （戶嘎落）
奶精	Sữa	捨

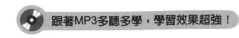

跟著MP3多聽多學，學習效果超強！

特色餐飲
CÁC MÓN ĐẶC SẢN
軋門大閃

我想要吃道地越南菜。

Tôi muốn ăn món Việt Nam chính cống.
堆門安門越南竟共

我帶你去正宗越南（菜）餐廳吃飯。

Tôi dẫn anh đi ăn ở tiệm Việt Nam chính tống.
堆怎安低安噁店越南竟共

附近有沒有法國菜餐廳？

Gần đây có tiệm ăn Pháp không?
艮代格店安乏空

我請你去吃日本料理。

Tôi mời anh đi ăn đồ ăn Nhật Bản.
堆妹安低安度安嫩版

這裡的生牛肉河粉很好吃。

Phở bò tái ở đây rất ngon.
否播歹噁代熱灣

我喜歡喝酸魚湯。

Tôi thích ăn canh cá chua.
堆提安乾軋桌

哪裡可以吃到中國菜？

Có thể ăn món Trung Quốc ở đâu?
格鐵安門中國噁都

去夜市吃小吃。

Đi chợ đêm ăn điểm tâm.
低這顛安點登

燒烤料理是不是吃到飽？

Đồ nướng có ăn tới no được không?
度能格安得諾的空

附近有沒有海鮮餐廳？

Gần đây có quán hải sản không?
艮代格館海閃空

帳單有沒有含稅？

Hóa đơn đã gồm thuế chưa?
華單打互頹遮

有另收服務費嗎？

Có thu thêm phí dịch vụ không?
格禿騰皮自務空

單字一點通 **TỪ MỚI-DỄ HỌC DỄ NHỚ** 度每－子賀子呢

中文	越南語	中文拼音
越南菜	Món Việt Nam (Đồ ăn Việt Nam)	門越南（度安越南）
中國菜	Món Trung Quốc (Món ăn Tàu)	門中國（門安道）
日式燒烤	Món nướng Nhật Bản	門能嫩版
法國料理	Món ăn Pháp (Đồ ăn Pháp)	門安乏（度安乏）
日本料理	Món ăn Nhật Bản (Đồ ăn Nhật)	門安嫩版（度安嫩）
泰國菜	Món ăn Thái Lan (Đồ ăn Thái Lan)	門安台藍（度安台藍）
菜單	Thực đơn (Menu)	特單（麼妞）
開胃菜	Món khai vị	門開味
主菜	Món chính	門竟
（餐後）點心	Món tráng miệng (sau khi ăn)	門漲命（稍科安）

中文	越南語	中文拼音
夜市	Chợ đêm	這顛
小吃	Đồ điểm tâm (Đồ ăn vặt)	度點登（度安訝）
飲料	Đồ uống	度翁
帳單	Hóa đơn	華單
稅金	Tiền thuế	店頹
服務費	Phí dịch vụ	皮自務
小費	Tiền Boa (Tiền bồi dưỡng)	店撥（店倍藏）
早飯	Bữa sáng	跛嗓
中飯	Bữa trưa	跛遮
晚飯	Bữa tối	跛對
宵夜	Bữa đêm	跛顛

● 美食盛宴菜單 5

CÁC MÓN MY~ VỊ VÀ THẠC ĐƠN ĂN TIỆC
軋門美味法特單安爹

中文	越南語	中文拼音
涼拌木瓜絲	Gỏi đu đủ	軋督堵
涼拌海鮮	Gỏi hải sản	軋海閃
涼拌花枝	Gỏi mực	軋墨
涼拌冬粉	Gỏi miến	軋棉
涼拌青菜	Gỏi rau	軋饒
涼拌雞絲	Gỏi gà xé phay	軋尬協非
豬腳凍	Giò heo đông	仄蒿凍
玉桂肉	Chả quế	甲貴
精肉團	Chả lụa (Giò)	甲落（仄）

中文	越南語	中文拼音
海鮮沙拉	Salát hải sản	沙拉海閃
炒青菜	Rau xào	饒吵
炒空心菜	Rau muống xào	饒蒙吵
炒高麗菜	Cải bắp xào	改拔吵
蝦醬炒空心菜	Rau muống xào mắm ruốc	饒蒙吵蠻若
炸春捲	Chả giò chiên	甲仄煎
鮮蝦捲	Cuốn tôm	棍蹲
粉捲	Bánh cuốn	棒棍
鴨仔蛋	Hột vịt lộn (Trứng vịt lộn)	護味論（政味論）
咖哩雞	Gà nấu càri	尬孺尬哩

中文	越南語	中文拼音
咖哩炒蟹	Cua xào cà-ri	郭吵枙哩
椰汁炒牛肉	Thịt bò xào nước cốt dừa	替播吵挪骨仄
椰汁炒雞肉	Thịt gà xào nước cốt dừa	替枙吵挪骨仄
椰汁炒豬肉	Thịt heo xào nước cốt dừa	替蒿吵挪骨仄
辣炒牛肉	Thịt bò xào cay	替播吵蓋
辣炒豬肉	Thịt heo xào cay	替蒿吵蓋
辣炒雞肉	Thịt gà xào cay	替枙吵蓋
烤雞	Gà nướng	枙能
炸雞	Gà chiên	枙煎
糯米雞	Cơm gà (Xôi gà)	跟枙（雖枙）
烤鴨	Vịt quay	味乖

中文	越南語	中文拼音
烤乳豬	Heo sữa quay	蒿捨乖
糖醋排骨	Sườn heo chua ngọt	順蒿桌握
越南烤肉	Thịt nướng kiểu Việt Nam	替能苟越南
燉牛肉	Thịt bò hầm	替播恨
紅燒豬肉	Thịt heo kho tàu	替蒿科道
烤肉串	Thịt nướng xiên	替能鮮
烤肉丸	Thịt viên nướng	替鴛能
烤牛肉丸	Thịt bò viên nướng	替播鴛能
清蒸蒜泥龍蝦	Tôm hùm hấp tỏi	蹲戶痕對
甘蔗蝦	Chạo tôm cuốn mía	照蹲棍梅
蒜泥蝦	Tôm xào tỏi	蹲吵對

中文	越南語	中文拼音
炸蝦	Tôm chiên (Tôm rán)	蹲煎（蹲然）
清蒸蟹	Cua hấp	郭痕
冬粉燜蟹	Miến cua	棉郭
炒海子	Sò hạt dưa xào	塑哈仄吵
炒花枝	Mực xào	墨吵
碳烤海鮮	Hải sản bỏ lò	海閃跛落
烤龍蝦	Tôm hùm nướng	蹲戶能
咖哩蝦	Tôm cà-ri	蹲杺哩
活醉蝦	Tôm hấp bia	蹲痕憋
胡椒蟹	Cua rang muối tiêu	郭嚷梅丟
辣椒螃蟹	Cua rang ớt	郭嚷娥

中文	越南語	中文拼音
油炸皇帝魚（大象魚）	Cá bơn chiên xù (Cá tai tượng chiên xù)	軋奔煎酥（軋呆瞪間酥）
清蒸鱸魚	Cá rô hấp	軋入痕
清蒸石斑魚	Cá song hấp (Cá mú hấp)	軋松痕（軋模痕）
清蒸鯉魚	Cá chép hấp	軋節痕
咖哩魚頭	Đầu cá cà-ri	豆軋杻哩
蠔油鮑魚	Bào ngư dầu hào	鮑屋奏耗
糖醋魚	Cá xào chua ngọt	軋吵桌握
烤魚	Cá nướng	軋能
炸魚	Cá chiên	軋煎
炒飯	Cơm chiên (Cơm rang)	跟煎（跟嚷）
鳳梨炒飯	Cơm chiên trái thơm	跟煎宅騰

中文	越南語	中文拼音
炒麵	Mì xào	密吵
炒河粉	Phở xào	否吵
炒米粉	Bún xào	苯吵
米粉湯	Bún nước	苯挪
河粉湯	Phở nước	否挪
羊肉爐	Lẩu de	簍資
雞湯	Canh thịt gà	乾替柣
肉丸湯	Canh bò viên	乾播鴛
海鮮湯	Canh hải sản	乾海閃
酸魚湯	Canh cá chua	乾軋桌
牛肉湯	Canh thịt bo	乾替播

●可口點心篇 6

MÓN ĐIỂM TÂM HỢP KHẨU VỊ 門點登賀口味

中文	越南語	中文拼音
炸蝦片	Bánh phồng tôm	棒奉蹲
炸魚片	Bánh phồng cá	棒奉軋
蝦餅	Bánh tôm	棒蹲
四方粽（瓬粽）	Bánh tét	棒跌
椰子涼糕	Bánh thạch dừa	棒踏仄
綠豆糕	Bánh đậu xanh	棒豆餐
椰乾	Mứt dừa	磨仄
椰子糖	Kẹo dừa	告仄
麥芽糖	Kẹo mạch nha	告麥那
香葉拉椰糕	Bánh lá dứa	棒剌則

中文	越南語	中文拼音
米布丁	Bánh Flăng gạo	棒佛藍告
摩摩喳喳	Sinh tố trái cây thập cẩm	興讀宅該特艮
椰奶西米露	Nước bột bán cốt dừa	挪播辦骨仄
芋頭西米露	Chè khoai môn	借快悶
綠豆沙	Chè đậu xanh	借豆餐
綠豆湯	Chè đậu xanh	借豆餐
糖粥	Chè đường (Cháo đường)	借瞪（照瞪）
椰汁黑糯米	Chè gạo cẩm cốt dừa	借告艮骨仄
蓮子羹	Chè hạt sen	借哈仙
水果乾	Trái cây khô	宅該枯
鳳梨乾	Trái thơm khô	宅騰枯

中文	越南語	中文拼音
龍眼乾	Nhãn khô	難枯
木瓜乾	Đu đủ khô	嘟賭枯
香蕉乾	Chuối khô	椎枯
蜜餞	Mứt	麼
花生	Đậu phộng (Lạc)	豆奉（辣）
瓜子（西瓜子）	Hột dưa (Hạt dưa)	戶仄（哈仄）
牛肉乾	Khô bò	枯播
泡麵	Mì gói (Mì ăn liền)	密軌（密安）

 超簡單的內容，越南文很Easy，學習好Happy！

● 飲料篇 🎵 7

ĐỒ UỐNG 度翁

中文	越南語	中文拼音
啤酒	Bia	憋
米酒	Rượu trắng (Rượu đế)	肉丈（肉帝）
紅酒	Rượu vang đỏ (Rượu Nho)	肉汪朵（肉呢）
白酒	Rượu vang trắng	肉汪丈
威士忌	Rượu Uýt-ki	肉威士忌
伏特加	Rượu Vodka	肉我嘎
白蘭地	Rượu Brandy	肉白蘭地
琴酒	Rượu Gin	肉金
香檳	Rượu Sâm-banh	肉森幇
馬丁尼	Rượu Martini	肉馬低尼

中文	越南語	中文拼音
雞尾酒	Cốc-tai	國呆
水果酒	Rượu trái cây (Rượu hoa quả)	肉宅該（肉花寡）
清酒	Rượu Sake	肉沙歌
果汁	Nước trái cây (Sinh tố trái cây)	挪宅該（興讀宅該）
椰子汁	Nước dừa	挪仄
檸檬汁	Nước chanh	挪詹
柳橙汁	Nước cam	挪柑
鳳梨汁	Nước trái thơm	挪宅騰
西瓜汁	Nước dưa hấu	挪仄喉
甘蔗汁	Nước mía	挪梅
蘋果汁	Sinh tố trái bom (Nước táo tây)	生讀宅奔（挪捯呆）

中文	越南語	中文拼音
咖啡	Cà phê	尬非
冰咖啡	Cà phê đá	尬非達
熱咖啡	Cà phê nóng	尬非能
卡布其諾咖啡	Cà phê Cappucino	尬非嘎舖西怒
曼特寧咖啡	Cà phê Martinez	尬非曼特寧
汽水	Nước ngọt	挪握
橘子水	Nước cam	挪柑
可樂	Côca	估嘎
茶	Trà	炸
紅茶	Hồng trà	轟炸
冰紅茶	Hồng trà đá	轟炸達

中文	越南語	中文拼音
熱紅茶	Hồng trà nóng	轟炸能
奶茶	Trà sữa	炸捨
薑茶	Trà gừng	炸耿
花草茶	Trà hoa	炸花
牛奶	Sữa bò	捨播
礦泉水	Nước khoáng	挪狂
白開水	Nước lọc (Nước trắng)	挪落（挪丈）
熱水	Nước nóng	挪能
冰水	Nước đá(Nước lạnh)	挪達（挪浪）
溫水	Nước ấm	挪文

3 訂位
ĐẶT CHỖ
大主

歡迎光臨，請問幾位？

Xin mời, xin hỏi có mấy người ?
新妹，新毀格梅位

我們有四個人。

Chúng tôi có bốn người.
眾堆格本位

現在有沒有空位？

Bây giờ có còn chỗ không?
背仄格慣主空

現在還有營業嗎？

Bây giờ còn mở cửa không?
背仄格抹葛空

我沒有訂位，有兩個人的位子嗎？

Tôi không đặt chỗ trước, có chỗ cho hai người không?
堆空大主折，格主遮嗨位空

什麼時候會有空位？

Khi nào mới có chỗ?
科鬧梅格主

抱歉，目前客滿。

Xin lỗi, bây giờ hết chỗ rồi (Xin lỗi, hiện nay khách kín rồi).
新壘，背仄和主瑞（新壘，汗耐卡緊瑞）

沒關係，我們可以等。

Không sao, chúng tôi có thể đợi .
空稍，眾堆格鐵的

我有訂位，我叫張瑪麗。

Tôi có đặt chỗ trước, tôi tên là Trương Mã Lệ.
堆格大主折，堆顛辣庄瑪麗

你是訂散座，還是包房（廂）？

Bà đặt chỗ lẻ hay bao phòng riêng?
爸大主倆嗨包放扔

請給我靠窗的位置。

Xếp giùm tôi chỗ cạnh cửa sổ.
協組堆主幹葛所

請給我禁煙區的位置。

Xếp giùm tôi khu cấm hút thuốc.
協組堆枯艮湖陀

請跟我來，這邊請。

Xin đi theo tôi, mời theo lối này.
新低挑堆，妹挑雷耐

請問你們營業到幾點？

Xin hỏi các anh mở cửa đến mấy giờ?
新毀軋安抹葛點埋仄

我要戶外露天座位。

Tôi muốn ngồi chỗ ngoài trời.
堆門位主外這

請慢用。

Mời dùng bữa.
妹縱跛

祝你們用餐愉快。

Chúc quý vị ăn ngon miệng.
竹貴位安灣命

地理環境與氣候

　　越南是一個地形狹長的國家，位於中南半島的東側，境內有三分之一屬於山區，依其地形主要可分為三個部分，北部是紅河三角洲，中部是高原，南部則是著名的湄公河三角洲。越南氣候屬於熱帶季風型氣候，南部終年溫暖，湄公河三角洲是著名的物產豐富之地，盛產稻米。北部則四季分明，氣候和台灣南部相仿，七月至十月間也有颱風和水災。

單字一點通 TỪ MỚI-DỄ HỌC DỄ NHỚ 度每－子賀子呢

中文	越南語	中文拼音
訂位	Đặt chỗ	大主
客滿	Hết chỗ (Khách kín)	和主（卡緊）
遲到	Tới trễ (Đến muộn)	得解（點悶）
取消	Hủy (Hủy bỏ)	毀（毀跛）
包房（廂）	Bao phòng	包放
露天座位	Chỗ ngoài trời	主外這
吧台	Quầy Bar	櫃吧
自助餐	Kiểu tự phục vụ	苟杜服務
餐廳	Tiệm ăn (Nhà hàng, quán)	店安（那沆，館）
西餐廳	Tiệm ăn Tây (Nhà hàng Tây)	店安呆（那沆呆）

4 點菜
GỌI MÓN (KÊU ĐỒ ĂN)
貴門（糾度安）

請幫我拿一份菜單。

Xin mang giúp một cuốn thực đơn (=Menu).
新忙足登莫棍特單（＝麼妞）

有沒有英文菜單？

Có thực đơn (=Menu) tiếng Anh không?
格特單（＝麼妞）頂安空

請幫我們介紹菜色。

Xin giới thiệu giúp các món ăn.
新則跳足軋門安

哪些菜比較有名？

Món gì tương đối nổi tiếng?
門記登對餒頂

你們的招牌菜是什麼？

Món đặc trưng của nhà hàng là món nào?
門大正果那沆辣門鬧

今天的特餐是什麼？

Hôm nay có thực đơn đặc biệt gì không (Hôm
nay có món gì đặc biệt không)?
昏耐格特單大別記空（昏耐格門記大別空）

我不要太辣的菜，要清淡點。

Tôi không thích ăn món quá cay, phải ít dầu mỡ một chút.

堆空提安門寡蓋，緋移奏抹莫逐

我不吃牛肉，有沒有其他的菜？

Tôi không ăn thịt bò, có món khác không?

堆空安替播，格門卡空

我吃素。

Tôi ăn chay.

堆安摘

先來幾樣開胃菜：涼拌木瓜絲、海鮮沙拉、涼拌雞絲。

Cho giùm mấy món khai vị trước: gỏi đu đủ, salát hải sản, gỏi gà xé phay.

遮組梅門開味折：軌賭，沙拉海閃，軌枱協非。

我要烤龍蝦、烤肉串、椰汁咖哩雞。

Cho tôi tôm hùm nướng, thịt nướng xiên, gà cà-ri nước cốt dừa.

遮堆蹲戶能、替能鮮、枱枱哩挪骨仄

我要烤乳豬、清蒸蟹、煎魚。

Cho tôi heo sữa quay, cua hấp, cá chiên.

遮堆蒿捨乖、郭痕、軋煎

你的牛排要幾分熟？

Ông muốn ăn bít-tết chín vừa hay chín kỹ?
翁門安比碟緊握嗨緊幾

我要七分熟。

Làm giùm tôi chín vừa khoảng 70%.
爛組堆緊握況北妹份詹

我想吃海鮮，有哪些海鮮料理？

Tôi muốn ăn hải sản, có những món hải sản gì?
堆門安海閃，格能門海閃記

你們的龍蝦有幾種烹調方法？

Tôm hùm của nhà hàng chế biến thành mấy món?
蹲戶果那沆節扁探梅門

給我一份甘蔗蝦。

Cho tôi một suất chạo tôm cuốn mía.
遮堆莫鎖照蹲棍梅

我要一份清蒸螃蟹。

Cho tôi một suất cua hấp.
遮堆莫鎖郭痕

我要一碗河粉湯。

Cho tôi một tô(=bát) phở.
遮堆莫都（＝拔）否

有沒有羊肉爐？

Có lẩu dê không?
格簍資空

我要辣一點。

Tôi muốn cay một chút.
堆門蓋莫逐

給我一份什錦炒河粉。

Cho tôi một suất phở xào thập cẩm.
遮堆莫鎖否吵特艮

什麼湯比較好喝？

Có canh gì ngon một chút không?
格乾記灣莫逐空

給我一碗酸魚湯。

Cho tôi một tô(=bát) canh cá chua.
遮堆莫都（＝拔）乾軋桌

這裡有沒有炒青菜？

Ở đây có rau xào không?
嗯代格饒吵空

我想吃炒空心菜。

Tôi muốn ăn rau muống xào.
堆門安饒蒙吵

我還要一杯椰子汁。

Cho tôi một ly nước dừa.
遮堆莫哩挪仄

我要一瓶汽水。

Cho tôi một chai nước ngọt.
遮堆莫摘挪握

要喝什麼酒？

Ông muốn dùng rượu gì?
翁門縱肉記

要兩瓶啤酒。

Cho hai chai bia.
遮嗨摘憋

請幫我倒一杯白開水。

Làm ơn cho một ly nước lọc.
爛恩遮莫哩挪落

隔壁桌子的客人吃的是什麼？

Món mà khách ở bàn kế bên ăn là món gì?
門禱卡噁辦葛邊安辣門記

單字一點通 TỪ MỚI-DỄ HỌC DỄ NHỚ 度每－子賀子呢

中文	越南語	中文拼音
菜單	Thực đơn (Menu)	特單（麼妞）
點菜	Gọi món (Kêu đồ ăn)	貴門（糾度安）
吃素	Ăn chay	安摘
辣一點	Cay một chút	蓋莫逐
小辣	Hơi cay (Cay chút xíu)	黑蓋（蓋逐席）
不要辣	Đừng cho cay	鄧遮蓋
油膩	Nhiều dầu mỡ	扭奏抹
清淡	Ít dầu mỡ	移奏抹
套餐	Thực đơn phần	特單份
簡餐	Ăn đơn giản	安單攢
冷盤	Đồ nguội	度味

中文	越南語	中文拼音
主菜	Món chính	門竟
甜點	Món tráng miệng (Đồ ngọt)	門漲命（度握）
招牌菜	Món đặc trưng	門大正
涼拌	Gỏi (Nộm)	軌（嫩）
白飯	Cơm trắng	跟丈
粥	Cháo (Chè)	照（借）

海上桂林下龍灣

　　在下龍灣有個傳說，從前曾有一條龍來到這個地方，為居民擋住了狂風巨浪，人們才能活了下來並安全地在此地居住，這條龍還產下了一群幼龍，於是當地人民把這裡取為「下龍灣」，又將附近的海灣命名為「拜子龍灣」。

　　下龍灣有許多天然的石灰岩小山峰，和大陸的桂林都屬於石灰溶岩地形，地貌極為特別，於是被稱之為「海上桂林」。下龍灣擁有上千座石島以及山洞，每個山洞各具姿態，如貞女洞洞長約兩公里，其內景觀美麗多變；棕鴿洞因從前有大量棕鴿來此築巢而定名，後來雖已難得看見鴿子蹤影，人們還是這樣稱呼它。在棕鴿洞可以坐擁特殊景色，要親身體驗才會知道喔！

●食材篇 🔘 10

NGUYÊN LIỆU CHẾ BIẾN THÁC ĂN

鴛料節扁特安

中文	越南語	中文拼音
鯉魚	Cá chép	軋節
鱸魚	Cá rô	軋入
鱈魚	Cá tuyết	軋對
鮪魚	Cá ngừ	軋物
鰻魚	Cá trình	軋竟
鯊魚	Cá mập (Cá nhám)	軋麼（軋難）
墨魚	Mực (Mực nan)	墨（墨囊）
鮭魚	Cá hồi	軋慧
白帶魚	Cá hố trắng	軋湖丈

中文	越南語	中文拼音
青花魚	Cá thu	軋禿
秋刀魚	Cá mòi	軋妹
鱔魚	Lươn biển	掄扁
鯽魚	Cá diếc	軋爺
石斑魚	Cá song (Cá mú)	軋松（軋模）
甲魚	Ba-ba	八八
鮑魚	Bào ngư	鮑屋
海參	Hải sâm	海森
蝦	Tôm	蹲
龍蝦	Tôm hùm	蹲戶
蠔	Hào (Con hào)	耗（關耗）

中文	越南語	中文拼音
蛤蜊	Hến (Con hến)	痕（關痕）
螃蟹	Cua	郭
烏賊	Bạch tuộc	白舵
花枝	Mực (Mực ống)	墨（墨翁）
干貝	Sò khô	塑枯
九孔	Sò chín lỗ	塑緊盧
海螺	Ốc biển	渥扁
魚翅	Vây cá(Vi cá)	威軋（依軋）

●常用材料 ◉ 11

NGUYÊN LIỆU THƯỜNG DÙNG 鴛料騰縱

中文	越南語	中文拼音
牛肉	Thịt bò	替播

中文	越南語	中文拼音
豬肉	Thịt heo (Thịt lợn)	替蒿（替論）
羊肉	Thịt dê	替資
雞肉	Thịt gà	替尬
鴨肉	Thịt vịt	替味
鵝肉	Thịt ngỗng	替翁
田雞肉	Thịt ếch	替爺
青蛙腿	Đùi ếch	對爺
蛇肉	Thịt rắn	替然
蚱蜢	Con cào cào	關告告
蟋蟀	Dế mèn	則門
蜂蛹	Nhộng ong	嫩翁

中文	越南語	中文拼音
火腿	Dăm bông	間崩
香腸	Lạp xưởng (Lạp sườn)	辣爽（辣順）
米飯	Cơm	跟
蛋	Trứng (Hột gà)	政（戶尬）

●蔬菜篇 🔘 12

RAU QUẢ 饒寡

中文	越南語	中文拼音
黃瓜	Dưa leo (Dưa chuột)	仄柳（仄左）
南瓜	Bí rợ (Bí đỏ, bí ngô)	鼻若（鼻朵，鼻握）
青木	Đu đủ xanh	嘟賭餐
玉米	Bắp (Ngô)	拔（握）
竹筍	Măng	芒
茄子	Cà tím	尬頂

中文	越南語	中文拼音
蕃茄	Cà chua	尬桌
空心菜	Rau muống	饒蒙
花椰菜	Hoa lơ (Xúp-lơ)	花勒（俗勒）
大白菜	Rau cải trắng	饒改丈
高麗菜	Rau cải bắp (Bắp cải)	饒改拔（拔改）
菠菜	Rau cải bó xôi	饒改伯雖
芹菜	Rau cần	饒艮
韭菜	Hẹ	賀
菜豆（長豆）	Đậu đũa	豆躲
豌豆	Đậu Hàlan	豆哈藍
蘿蔔	Củ cải	股改

中文	越南語	中文拼音
洋蔥	Hành tây	汗呆
芋頭	Khoai môn	快悶
地瓜	Khoai lang	快朗
馬鈴薯	Khoai tây	快呆
蓮藕	Ngó sen	我先
香菇	Nấm hương	嫩哼
木耳	Mộc nhĩ	木你
豆芽	Giá đỗ	雜賭
豆苗	Búp đậu non	補豆嫩
豆腐	Tầu hũ (Đậu phụ)	豆虎（豆腐）
青椒	Ớt xanh (Ớt Đà lạt)	娥餐（娥大拉）

中文	越南語	中文拼音
辣椒	Ớt	娥
樹薯	Khoai mì (Củ sắn)	快密（股散）

● 水果篇 💿 13

TRÁI CÂY (HOA QUẢ) 宅該（花寡）

中文	越南語	中文拼音
鳳梨	Trái thơm (Quả dứa)	宅騰（寡則）
椰子	Trái dừa	宅仄
紅龍果	Trái Thanh Long	宅探龍
山竹	Trái măng cụt	宅芒故
榴槤	Trái sầu riêng	宅搜扔
紅毛丹	Trái chôm chôm	宅中中
菠蘿蜜	Trái mít	宅迷

中文	越南語	中文拼音
芒果	Trái xoài	宅率
龍眼	Trái nhãn	宅難
荔枝	Trái vải	宅矮
芭樂	Trái ổi	宅偉
石榴	Trái lựu	宅六
桃子	Trái đào	宅到
李子	Trái mận	宅悶
葡萄	Trái nho	宅呢
蘋果	Trái bom (Trái táo tây)	宅奔（宅倒呆）
香蕉	Trái chuối	宅椎
柳橙	Trái cam	宅柑

中文	越南語	中文拼音
橘子	Trái quýt	宅軌
檸檬	Trái chanh	宅詹
梨子	Trái lê	宅列
西瓜	Trái dưa hấu	宅仄喉
木瓜	Trái đu đủ	宅 賭
香瓜	Trái dưa lê	宅仄列
釋迦	Trái măng cầu (Quả na)	宅芒夠（寡那）
草莓	Trái dâu tây	宅奏呆
甘蔗	Mía	梅

5　外食
ĐI ĂN NGOÀI
低安外

這道菜不是我們點的。

Đây không phải món chúng tôi gọi.
代空緋門眾堆貴

我點的菜還沒來。

Đồ ăn tôi kêu vẫn chưa thấy mang ra.
度安堆糾穩遮台忙匝

這個要怎麼吃？

Món này ăn như thế nào?
門耐安呢鐵鬧

這道菜看起來很好吃。

Món này trông rất ngon.
門耐中熱灣

可以幫我收拾一下嗎？

Làm ơn dọn giúp được không?
爛恩鑽足的空

叫的菜可以取消嗎？

Đã kêu món rồi có thể hủy được không?
打糾門瑞格鐵毀的空

請再給我一隻叉子。

Làm ơn lấy giúp thêm một chiếc nĩa.
爛恩雷足添莫節鑷

飯後有附水果嗎？

Đồ ăn có kèm trái cây tráng miệng không?
度安格艮宅該漲命空

有的，今天的時令水果是西 。

Dạ có, trái cây theo mùa hôm nay là dưa hấu.
匝格，宅該挑莫昏耐辣仄喉

有附點心嗎？

Có kèm đồ tráng miệng không?
格艮度漲命空

請幫我上點心。

Làm ơn mang đồ tráng miệng ra.
爛恩忙度漲命匝

你們有哪些點心？

Nhà hàng có những đồ tráng miệng gì?
那沆格能度漲命記

有炸蝦餅、香蕉餡餅、椰奶西米露。

Có bánh phồng tôm, bánh chuối,nước bột bán cốt dừa.
格榜奉蹲，榜椎，挪播辦骨仄

我請你去吃海鮮大餐。

Tôi mời anh đi ăn một bữa hải sản(=đồ biển).
堆妹安低安莫跋海閃（＝度扁）

讓你太破費了，真不好意思。

Làm anh lỗ vốn to rồi, thật ngại quá.
爛安魯文多瑞，特外寡

總共多少錢？

Tất cả bao nhiêu tiền?
得嘎包妞店

總共三萬盾。

Tất cả ba mươi ngàn đồng.
得嘎八妹萬洞

我們吃完了，請給我帳單。

Chúng ôi ăn xong rồi, làm ơn cho xin hóa đơn.
眾堆安松瑞，爛恩遮新華單

帳單的金額有問題？

Số tiền trên hóa đơn có vấn đề?
熟店真華單格問地

我沒有點這道菜。

Tôi có gọi món này đâu.
堆格貴門耐都

你的錢找錯了。

Anh thối lộn tiền rồi.
安退論店瑞

剩下的零錢不用找了。

Khỏi thối lại tiền lẻ.
傀退賴店倆

這是小費。

Đây là tiền boa (=tiền bồi dưỡng).
代辣店撥（＝店倍葬）

請幫我們打包剩菜。

Làm ơn gói giúp đồ ăn còn lại.
爛恩軌足度安慣賴

這次我請客。

Lần này tôi mời (=khao).
楞耐堆妹（＝靠）

我們要分開算。

Chúng tôi muốn trả riêng.
眾堆門眨扔

我要外帶。

Tôi muốn mua mang về.
堆門摸忙業

單字一點通 TỪ MỚI-DỄ HỌC DỄ NHỚ 度每－子賀子呢

中文	越南語	中文拼音
碗	Chén (Tô, bát)	簡（都，拔）
湯匙	Muỗng (Thìa)	猛（鐵）
筷子	Đũa	舵
叉子	Nĩa	鑷
盤子	Dĩa	碟
杯子	Ly (Cốc)	哩（國）
毛巾	Khăn mặt (Khăn bông)	刊罵（刊崩）
餐巾紙	Giấy ăn (Khăn giấy)	賊安（刊賊）
牙籤	Tăm	但
煙灰缸	Gạt tàn thuốc	尬膽陀

中文	越南語	中文拼音
茶壺	Bình trà(Ấm trà)	並炸（恩炸）
茶杯	Ly uống trà (Cốc uống trà)	哩翁炸（國翁炸）
用餐	Dùng bữa (Dùng cơm)	縱跛（縱跟）
點菜	Gọi món (Kêu đồ ăn)	貴門（糾度安）
取消	Bỏ (Hủy bỏ)	跛（毀跛）
帳單	Hóa đơn	華單
請客	Mời (Khao)	妹（靠）
打包剩菜	Gói đồ ăn còn lại (Gói đồ ăn thừa)	軌度安慣賴（軌度安拓）
外帶	Mua mang về	摸忙業
路邊攤	Quán ven đường (Quán vỉa hè)	館煙瞪（館也賀）

●調味料篇  15

GIA VỊ 匝味

中文	越南語	中文拼音
鹽	Muối	梅
糖	Đường	瞪
醋	Giấm	怎
油	Dầu (Mỡ)	奏（抹）
麻油	Dầu mè (Dầu vừng)	奏麼（奏翁）
豬油	Mỡ heo (Mỡ lợn)	抹蒿（抹論）
蔥	Hành	汗
薑	Gừng	耿
蒜	Tỏi	對
魚露	Nước mắm	挪蠻

中文	越南語	中文拼音
蝦醬	Mắm ruốc (Mắm tôm)	蠻若（蠻蹲）
咖哩	Cà-ri	尬哩
辣椒醬	Tương ớt	登娥
辣椒粉	Ớt bột	娥播
辣椒乾	Ớt khô	娥枯
番茄醬	Tương cà chua	登尬桌
胡椒粉	Hạt tiêu bột	哈丟播
胡椒鹽	Muối hạt tiêu	梅哈丟
太白粉	Bột đao (Bột năng)	播刀（播囊）
花生粉	Bột đậu phộng (Lạc nghiền)	播豆奉（辣驗）
花生醬	Tương đậu phộng (Tương lạc)	登豆奉（登辣）

中文	越南語	中文拼音
黑胡椒醬	Tương hạt tiêu đen	登哈丟顛
蘑菇醬	Tương nấm rơm	登嫩扔
芥末醬	Mù tạt	木大
椰汁	Nước cốt dừa	挪骨仄
椰奶	Sữa dừa	捨仄

越南長衫與順化笠帽

　　從前越南女性在正式場合會穿一種叫做「Aodai」的長衫，此為她們的「國服」，有點像我們的旗袍，不過她們的高衩可是開在腰部，當然裡面會搭一件長褲囉！腰部以上合身，顯現女性姣好身材，下半身著褲裝，方便行動或騎車。

　　後來慢慢在款式、用色、材質上都有多種選擇，且顏色呈現區域的不同，如北越喜歡咖啡色、中越愛好紫色、南越多穿著繡花樣式的長衫。越南政府曾一度更改樣式，於是多在重要時候如結婚或大型活動上才能看到。後來政府又鼓勵女子穿國服，還制定國中以上學校以此為女生的制服。近年來受到西方國家的影響，多數年輕女子也學著穿著牛仔褲或裙裝。

　　而笠帽是越南人民的必備品，從前大家耕作時就人手一頂，如今每個人仍然保有對它的喜愛，現在更成了一種工藝品。順化的笠帽最出名，因為選擇的葉子都是新鮮翠嫩的，經過恰當的曝曬、火烤之後，以熟練精細的手法做出笠帽，而且在裝飾上也不馬虎喔！如一些具有意義的圖案、詩詞等，都有可能出現在帽子上。

越南語

●香料篇　16
HƯƠNG LIỆU 哼料

中文	越南語	中文拼音
檸檬葉（香茅）	Lá chanh (Củ xả)	剌姜（股灑）
芫荽	Rau mùi ta	饒妹搭
九層塔（羅勒）	Rau húng quế (Rau húng chó, húng dổi)	饒恆桂（饒恆折，恆賊）
紫蘇	Tía tô	碟
茴香	Hồi hương	會哼
薄荷葉	Lá bạc hà	剌拔哈
肉桂	Quế (Cvõ quế)	桂（該桂）
豆蔻	Đậu khấu	豆口
芭蕉葉	Lá chuối	剌椎

購物篇

SẮM SỬA

殘捨

1 在百貨公司
TẠI BÁCH HÓA TỔNG HỢP
代白華董賀

請問附近哪裡有百貨公司？

Xin hỏi gần đây chỗ nào có bách hóa tổng hợp?
新毀艮代主鬧格白華董賀

你要買什麼東西？

Ông muốn mua gì ạ?
翁門摸記阿

我想買些特產送人。

Tôi muốn mua chút đồ đặc biệt đem tặng.
堆門摸逐度大別顛檔

這條紅色絲巾很精緻。

Chiếc khăn lụa đỏ này rất đẹp.
節刊落朵耐熱典。

你的眼光真好，這是剛到的貨。

Ông rành thật đấy, hàng này vừa mới ra(Ông thật khéo chọn, hàng này vừa mới ra) .
翁壤特歹，沉耐握梅匝（翁特可鎮，沉耐握梅匝）

這件衣服多少錢？

Chiếc áo này bao nhiêu tiền?
節熬耐包妞店

這件是一萬盾。

Chiếc này mười ngàn đồng.
節耐妹萬洞

這件衣服是什麼質料的？

Chiếc áo này là chất liệu gì?
節熬耐辣折料記

這件是純絲的。

Đây là hàng tơ tằm nguyên chất.
代辣沉的蛋鴛折

我先看看再說。

Tôi xem qua một chút sẽ tính sau.
堆仙刮莫逐捨頂稍

我只是看看而已。

Tôi chỉ xem thôi mà.
堆幾仙推禡

讓我看看其他的。

Để tôi coi món đồ khác đã(Để tôi xem những thứ khác đã).
底堆歸門度卡打（底堆仙能圖卡打）

我想買件長衣（越南國服）。

Tôi muốn mua một chiếc áo dài (trang phục truyền thống Việt Nam).
堆門摸莫節熬在（裝服傳統越南）

這一件有沒有藍色的？

Loại này có màu xanh da trời không?
賴耐格冒餐匝這空

這是最近流行的款式。

Đây là model(=mốt) mới nhất.
代辣莫登（＝磨）梅呢

請問有適合我的尺寸嗎？

Cho hỏi có size(=cỡ) tôi mặc vừa không?
遮毀格塞（＝葛）堆禡握空

我不知道自己的尺寸。

Tôi cũng không biết size(=cỡ) của mình là số mấy.
堆羣空別塞（＝葛）果命辣熟梅

請你幫我量一下。

Làm ơn đo giùm tôi.
爛恩多組堆

可不可以試穿？

Có thể mặc thử được không?
格鐵襪土的空

抱歉，拍賣品不能試穿。

Xin lỗi, hàng giảm giá không mặc thử được.
新壘，沆攢雜空襪土的

請問更衣室在哪裡？

Xin hỏi phòng thay đồ ở đâu?
新毀放胎度嗯都

這件很合身。

Chiếc này rất vừa.
節耐熱握

這件不合身。

Chiếc này không vừa.
節耐空握

稍微緊了點。

Hơi chật một chút.
黑鎮莫逐

這件太大了。

Chiếc này rộng quá.
節耐扔寡

有沒有大一號的？

Có chiếc lớn hơn một size(=cỡ) không?
格節輪哼莫塞（＝葛）空

請給我小一號的。

Lấy giùm tôi nhỏ hơn một size(=cỡ).
雷組堆諾恨莫塞（＝葛）

這是最大的尺寸。

Đây là size(=cỡ) lớn nhất rồi.
代辣塞（＝葛）輪呢瑞

這些都是單一尺寸。

Mấy loại này chỉ có duy nhất một size(=cỡ) thôi.
梅賴耐幾格最呢莫塞（＝葛）推

你有這個款式，但是有別的顏色嗎？

Cô có model(=kiểu) này nhưng màu khác không?
姑格莫登（＝苟）耐能冒卡空

我想要綠色的。

Tôi muốn màu xanh lá cây.
堆門冒餐剌該

這件衣服顏色太暗了。

Chiếc áo này màu sậm(=tối) quá.
節熬耐冒慎（＝對）寡

我要亮一點的顏色。

Tôi muốn màu sáng(=nhạt) một chút.
堆門冒嗓（＝那）莫逐

幫我拿件好的，不要給我品質差的東西。

Làm ơn lấy giúp chiếc tốt, đừng đưa tôi đồ kém chất lượng.
爛恩雷足節奪，瞪多堆度艮折楞

不會的，有問題讓你包換。

Không có chuyện đó đâu, nếu có vấn đề đảm bảo sẽ đổi giùm ông.
空格券奪都，牛格問地擔保捨兌組翁

這裡有瑕疵。

Chỗ này có lỗi.
主耐格壘

幫我拿件新的。

Lấy giùm tôi chiếc mới.
雷組堆節梅

穿起來很適合你。

Ông mặc chiếc này rất hợp.
翁禡節耐熱賀

我要這個。

Tôi mua chiếc này.
堆摸節耐

我不想買了。

Tôi không muốn mua nữa.
堆空門摸挪

旅遊須知

　　到越南旅遊有一些是旅客不可不注意的事項,提醒各位留心,以免遺憾。

　　越南海關規定個人如果攜帶超過美金三千元的外幣入境,必須翔實填寫在「入出境申請單」上申報,如果沒有據實辦理,而被海關查獲,超過美金三千元以上的部分將會被沒收,還會被處罰。若攜帶照相機等攝影器材入境,也要確實申報,表示是個人物品,不會留置越南,否則會遭到海關人員刁難。

　　由於越南的衛生條件較差,因此冰品、生菜等最好盡量避免食用,以免腸胃不適。生水不可生飲,最好買礦泉水飲用。

　　越南是共產國家,公安系統嚴密,但對外國人的搶案、竊案仍不少見,尤其是採用飛車搶奪方式更須小心,因此儘量不要將重要證件,如護照放在側背的皮包裡,錢財等貴重物品盡可能不要離身。

　　近年來台灣迎娶越南新娘的風氣盛行,但與越南人結婚時必須注意男方應滿二十歲,女方則應滿十八歲,以免觸法,此外,結婚前最好先進行健康檢查。

單字一點通 TỪ MỚI-DỄ HỌC DỄ NHỚ 度每-子賀子呢

中文	越南語	中文拼音
特產	Hàng đặc biệt (Đặc sản)	沆大別（大閃）
試穿	Mặc thử	禡土
合身	Vừa	握
更衣室	Phòng thay đồ	放胎度
精緻	Tinh xảo (Đẹp)	丁嫂（典）
流行	Model (Mốt, thịnh hành)	磨登（磨，挺汗）
品質	Chất lượng (Phẩm chất)	折楞（粉折）
刺繡	Đồ thêu	度挑
質料	Chất liệu (Nguyên liệu)	折料（駕料）
純絲	Tơ tằm nguyên chất	的蛋駕折

中文	越南語	中文拼音
款式	Model (Kiểu)	莫登（苟）
尺寸	Size (Cỡ)	塞（葛）
單一尺寸 (one size)	Size duy nhất (Chỉ có một size)	塞最呢（幾格莫 塞）
手工	Thủ công	土工
高級品	Hàng cao cấp	沆高格
拍賣品	Hàng giảm giá	沆攢雜
瑕疵	Lỗi	壘
計算機	Máy tính	埋頂
絲巾	Khăn lụa	刊落
長衣	Áo dài	熬在
洋裝	Váy (Đầm)	崖（瞪）

中文	越南語	中文拼音
泳衣	Áo bơi (Áo tắm)	熬背（熬但）
鞋子	Giầy	載
襯衫	Áo sơ-mi	熬睽密
裙子	Chân đầm (Chân váy)	真瞪（真崖）
褲子	Quần	棍
外套	Áo khoác (Áo gió)	熬跨（熬則）
領帶	Cà vạt	尬萬
皮包	Giỏ da	左匝
太陽眼鏡	Kiếng mát (Kính râm)	鏡麻（鏡扔）
寬	Rộng (Lớn)	扔（輪）
長	Dài	在

中文	越南語	中文拼音
短	Ngắn	完
紅色	Màu đỏ	冒朵
粉紅色	Màu hồng	冒轟
白色	Màu trắng	冒丈
黑色	Màu đen	冒顛
藍色	Màu xanh da trời	冒餐壓這
綠色	Màu xanh lá cây	冒餐剌該
咖啡色	Màu càphê	冒尬非
圖案	Họa tiết (Hình đồ họa)	化碟（哼度化）
格子	Sọc (Kẻ carô)	塑（葛嘎入）
條紋	Hoa văn	花灣

買東西
MUA ĐỒ (SẮM ĐỒ)
摸度（殘度）

這個多少錢？

Cái này bao nhiêu tiền?
蓋耐包妞店

這個太貴了。

Cái này mắc(=đắt) quá.
蓋耐麻（＝達）寡

你多少錢想要？我算你便宜點。

Khoảng bao nhiêu thì ông mua được? Tôi tính rẻ một chút cho ông.
況包妞替翁摸的？堆惹頂莫逐遮翁

有沒有打折？

Có giảm giá không?
格攢雜空

有沒有目錄？

Có catalô(=danh mục) không?
格嘎搭錄（＝鑽目）空

我看看再說。

Tôi coi một chút đã rồi tính sau.
堆歸莫逐打瑞頂稍

我還要考慮一下。

Tôi phải nghĩ một chút đã.
底緋你莫逐打

我不是很喜歡。

Tôi không ưng(=thích) lắm.
堆空翁（＝提）藍

請讓我看一下那個。

Cho xem giùm chiếc kia.
遮仙組節接

哪裡可以換錢（越南盾）？

Ở đâu có thể đổi tiền(tiền Việt Nam)?
嗯都格鐵兌店（店越南）

我身上的現金不夠。

Tôi không mang đủ tiền mặt.
堆空忙賭店襪

你們收不收信用卡？

Có thể nhận thẻ tín dụng không?
格鐵嫩鐵墊縱空

我可以拿起來看看嗎？

Có thể cho tôi coi một chút được không?
格鐵遮堆歸莫逐的空

總共多少錢？

Tất cả bao nhiêu tiền?
得嘎包妞店

錢找錯了。

Thối lộn tiền rồi.
退論店瑞

你還沒有找錢。

Anh chưa thối lại tiền.
安遮退賴店

請幫我包裝，這是要送人的。

Làm ơn gói giùm, đồ này tôi đem tặng.
爛恩軌組，度耐堆顛檔

請幫我分開包裝。

Làm ơn gói riêng giùm tôi.
爛恩軌扔組堆

請給我一個袋子。

Làm ơn cho một cái túi.
爛恩遮莫蓋對

這件珠寶有沒有品質保證書？

Món đồ trang sức này có giấy bảo hành không?
門度裝飾耐格賊保漢空

保證期限有多久？

Thời hạn bảo hành bao lâu?
特漢保漢包摟

這個昨天買的就壞了，我要退貨。

Món đồ này mới mua hôm qua hôm nay đã
hư(=hỏng) rồi, tôi muốn trả lại.
門度耐梅摸昏刮昏耐打呼（＝哄）瑞，堆門眨賴

商店的營業時間到幾點？

Cửa tiệm kinh doanh đến mấy giờ?
葛店經鑽店梅仄

行在越南一把罩

　　越南是狹長的國家，緯度的不同也造成氣候的相異。在北部地區是
四季分明的天氣，夏天的溫度可以高達35度，冬天也能降到10度的寒冷
狀態；中部也有四季變化，但較不顯著；南部則屬熱帶氣候，氣溫大概
在25到35度之間。

　　關於住宿的部分，最好事先預定，尤其是偏遠地區的許多旅館等級
並不高，價格也較低廉，大約在25美元左右，至於大城市的五星級飯店
則要花上50到120美元不等的住宿費。

　　越南多以機車代步，用摩托車載客也是正常的現象，要記得事先議
價，若擔心語言不通，也可考慮搭乘計程車，在市內通行的話，大概是
35美元上下。當然也有公車可搭，只是多半設備不佳，老舊且不準時，
還是要審慎選擇安全又方便的交通工具。

單字一點通 TỪ MỚI-DỄ HỌC DỄ NHỚ 度每-子賀子呢

中文	越南語	中文拼音
現金	Tiền mặt	店碼
零錢	Tiền lẻ	店倆
旅行支票	Chi phiếu du lịch (Séc du lịch)	機瞟租力（冊租力）
信用卡	Thẻ tín dụng	鐵墊縱
VISA卡	Thẻ VISA (Visa card)	鐵威匝（威匝卡）
萬事達卡	Thẻ Master (Master card)	鐵嗎斯的（嗎斯的卡）
昂貴	Mắc (Đắt)	麻（達）
便宜	Rẻ	惹
目錄	Mục lục (Catalô, danh mục)	目錄（嘎搭錄，鑽目）
打折	Giảm giá(Khuyến mãi)	攢雜（寬賣）

中文	越南語	中文拼音
包裝	Đóng gói (Gói đồ)	動軌（軌度）
禮物	Quà(Quà tặng, quà biếu)	寡（寡檔，寡表）
袋子	Túi (Giỏ)	對（左）
保證書	Giấy bảo hành	賊保漢
保證期限	Thời hạn bảo hành	特漢保漢
門市	Cửa hàng bán lẻ	葛沆辦倆
破掉	Bị bể (Bị vỡ)	必癟(必我)
退錢	Trả lại tiền	眨賴店
退貨	Trả lại hàng	眨賴沆
換東西	Đổi hàng (Đổi đồ)	兌沆（兌度）

一般賣場
CHỢ
這

購物中心在哪裡？

Trung tâm mua bán ở đâu?
中登摸辦嗯都

哪裡有市場？

Ở đâu có chợ?
嗯都格這

我要去夜市買東西。

Tôi muốn đi chợ đêm mua đồ.
堆門低這顛摸度

我要去逛街。

Tôi muốn đi dạo phố.
堆門低造佛

市場賣的東西很便宜。

Đồ bán ở chợ rất rẻ.
度版嗯這熱惹

我要去買一些特產品。

Tôi muốn mua một số hàng đặc biệt.
堆門摸莫熟沅大別

這件棉布上衣多少錢？

Chiếc áo cotton này giá bao nhiêu?
節熬估蹲耐雜包妞

這件上衣五千盾。

Chiếc áo này năm ngàn đồng.
節熬耐南萬洞

太貴了，算我便宜點。

Mắc quá, tính tôi rẻ một chút đi.
麻寡，頂堆惹莫逐低

你要出多少？

Bao nhiêu thì anh mua được?
包妞替安摸的

我買兩件，算我七千盾。

Tôi mua hai chiếc, tính bảy ngàn thôi.
堆摸嗨節，頂北萬推

不要還價了，兩件算你八千盾。

Đừng trả giá nữa, bán cho bà hai chiếc tám
ngàn.
瞪眨雜挪，辦遮霸嗨節膽萬

這件裙子是什麼質料？

Chiếc đầm này là chất liệu gì?
節瞪耐辣折料記

這件裙子是棉布的。

Chiếc đầm này là chất liệu cotton.
節瞪耐辣折料佶蹲

你要自己穿還是送人的？

Bà mua để mặc hay tặng người khác?
霸摸底禡嗨檔位卡

我要送人的。

Tôi muốn tặng người khác.
堆門檔位卡

請拿那雙涼鞋給我看一下。

Làm ơn cho tôi xem đôi xăng-đan kia một chút.
爛恩遮堆仙堆桑單接莫逐

這個包包有沒有大一點的？

Loại giỏ này có chiếc lớn hơn một chút không?
賴左耐格節輪恨莫逐空

這頂帽子多少錢？

Chiếc nón này bao nhiêu tiền?
節能耐包妞店

可以請你寄到台灣嗎？

Có thể nhờ cô gửi sang Đài Loan được không?
格鐵呢姑給桑帶鸞的空

運費要多少？

Tiền cước phí là bao nhiêu?
店格皮辣包妞

老闆，香蕉怎麼賣？

Ông chủ ơi, chuối bán bao nhiêu đây?
翁主威，椎辦包妞代

一串兩千盾。

Một nải hai ngàn.
莫乃嗨萬

這個可以保存多久？

Cái này để được bao lâu?
蓋耐底的包摟

可以試吃嗎？

Có thể ăn thử không(Ăn thử được không) ?
格鐵安土空（安土的空）

 透過MP3，用聽覺記單字和句子，最快！

單字一點通 TỪ MỚI-DỄ HỌC DỄ NHỚ 度每－子賀子呢

中文	越南語	中文拼音
購物中心	Trung tâm mua bán	中登摸辦
逛街	Dạo phố	造佛
市場	Chợ	這
夜市	Chợ đêm	這顛
攤販	Bán dạo	辦造
舊貨市場	Chợ đồ cũ(Chợ bán đồ second-hand)	這度古（這辦度色艮漢）
二手商品	Đồ cũ (Đồ second-hand)	度古（度色艮漢）
收銀台	Quầy thu ngân	櫃禿溫
衣服	Quần áo	棍熬
純棉	Cotton nguyên chất	估蹲鴛折

中文	越南語	中文拼音
蠟染	In hoa bằng sáp	印花棒撒
棉布	Vải cotton(Vải bông)	矮估蹲（矮崩）
時裝	Quần áo model (mốt thời trang)	棍熬莫登（莫特章）
涼鞋	Xăng-đan	桑單
皮件	Đồ da	度匜
化妝品	Mỹ phẩm	美粉
背包	Ba-lô	巴錄
帽子	Nón (Mũ)	能（母）
草帽	Nón lá(Mũ lá)	能剌（母剌）
皮包	Giỏ da(Túi da)	左匜（對匜）
價錢	Giá cả	雜嘎

中文	越南語	中文拼音
特價品	Hàng khuyến mãi (Hàng hạ giá)	沆寬賣（沆哈雜）
不二價	Giá duy nhất (Một giá)	雜最呢（莫雜）
仿冒品	Hàng nhái (Hàng giả)	沆乃（沆假）
運費	Cước phí (Phí vận chuyển)	格皮（皮運轉）
試吃	Ăn thử (Nếm)	安土（黏）
保存期限	Thời hạn bảo quản	特漢保管

越南國服—長衫

　　如果對越南航空的空姐穿著有點印象的話，應該就會知道那些空姐身上的衣服就是越南的國服—長衫，這種衣服通常是以質料輕盈柔軟的布料裁剪而成，有些類似中國的旗袍，但是自腰部以下開衩做成褲裝。上半身剪裁合身，腰部的高衩較寬，搭配寬鬆的喇叭型褲管，使穿著國服的越南女子走起路來搖曳生姿。

　　由於受到西方近代文化以及一九四五年的革命影響，使得越南國服反而逐漸失去蹤跡。但近年來越南政府開始鼓勵婦女穿著國服，也規定國中以上的女學生制服必須穿著越南國服，現在旅客在越南的街道上，又能親眼目睹越南國服的清新風采了。

4　在特產店

TẠI CỬA HÀNG ĐẶC SẢN
(TẠI CỬA HÀNG BÁN ĐỒ LƯU NIỆM)

代葛沆大閃（帶葛沆辦度留念）

我要買木雕。

Tôi muốn mua đồ điêu khắc gỗ.
堆門摸度雕卡古

我要買桌巾。

Tôi muốn mua khăn trải bàn.
堆門摸刊窄辦

我要買手提包。

Tôi muốn mua giỏ xách(=túi xách).
堆門摸左啥（＝對啥）

我要買古董。

Tôi muốn mua đồ cổ.
堆門摸度古

我想看看那個佛像。

Tôi muốn coi bức tượng Phật kia.
堆門歸伯瞪佛接

我要買銀項鍊。

Tôi muốn mua dây chuyền bạc.
堆門摸哉傳罷

我要買螺鈿珠寶盒（鑲貝殼）。

Tôi muốn mua hộp đựng đồ trang sức khảm trai.
堆門摸戶瞪度裝飾砍摘

這裡有沒有賣風景明信片？

Ở đây có bán thiệp phong cảnh không?
噁代格辦帖風感空

我要買磨漆畫。

Tôi muốn mua tranh sơn mài.
堆門摸詹孫賣

這是純銀製的珠寶盒。

Đây là hộp đựng đồ trang sức bằng bạc nguyên chất.
代辣戶瞪度裝飾棒罷鴛折

哪裡有賣瓷器？

Ở đâu có bán đồ sứ?
噁都格辦度瓷

這條桌巾多少錢？

Chiếc khăn trải bàn này bao nhiêu tiền?
節刊窄辦耐包妞店

項鍊還有沒有別的款式？

Dây chuyền còn có kiểu khác không?
哉傳慣格苟卡空

哪裡有賣地圖？

Ở đâu có bán bản đồ?
嗯都格辦版度

還有沒有其他顏色？

Có còn màu khác không?
格慣冒卡空

這個是什麼？

Đây là cái gì?
代辣蓋記

有沒有其他的手工藝品？

Có hàng thủ công mỹ nghệ gì khác không?
格沆土工迷意記卡空

這是真的還是仿冒的？

Đây là hàng xịn hay hàng giả?
代辣沆信嗨沆假

這個錢包多少錢？

Chiếc bóp(=ví) này bao nhiêu tiền?
節伯（＝移）耐包妞店

這要一萬盾。

Chiếc này phải mười ngàn đồng.
節耐緋妹萬洞

這條純銀項鍊價錢太貴了。

Chiếc dây chuyền bạc này giá mắc (=đắt) quá.
節哉傳罷耐雜麻（＝達）寡

我要買很多，算便宜一點。

Tôi mua rất nhiều, tính rẻ một chút đi.
堆摸熱扭，頂惹莫逐低

有沒有打折？

Có giảm giá không?
格攢雜空

算我便宜一點，我介紹朋友來你這裡買。

Tính rẻ một chút cho tôi đi, tôi sẽ giới thiệu bạn tới đây mua.
頂惹莫逐遮堆低，堆捨則跳伴得代摸

我要五條這種銀手鍊。

Tôi muốn mua năm chiếc lắc bạc loại này.
堆摸門南節剌罷賴耐

你要付現還是刷卡？

Ông muốn thanh toán bằng tiền mặt hay bằng thẻ tín dụng (Ông muốn trả tiền mặt hay dùng Card thanh toán)?
翁門探斷棒店褊嗨棒鐵墊縱（翁門眨店褊嗨縱卡探斷）

如果有問題我會來找你。

Nếu có vấn đề tôi sẽ quay lại tìm cô.
牛格問地堆捨乖賴定姑

你放心,有問題我換給你。

Ông cứ yên tâm, nếu có vấn đề tôi sẽ đổi cho ông.
翁骨煙登,牛格問地堆捨兌遮翁

瞄準越南現況

　　越南在1975年南越落入共產黨手中後,即成為社會主義共產國家,首都是河內,但國內第一大城則是擁有450萬人的胡志明市。

　　由於越南過去經年累月的戰火,加上共產主義較不重視民生建設,因此越南的公共設施普遍落後,至1986年經濟改革之後,越南才逐漸擺脫貧窮的命運。而台灣則在「南向政策」的鼓勵下,也開始到越南投資設廠,到2001年底,台灣已經是外國投資的第二位,現在雙方之間的經貿關係日趨密切。

　　越南本是以農立國,在開放農業私有化後,越南更一躍成為世界的第二大稻米出口國,而稻米、茶葉、咖啡和腰果,都是越南的主要出口農產品。

　　越南的信仰自由,有百分之五十三信仰佛教,信仰天主教者則佔百分之四十,道教百分之六,另外還有基督徒與回教徒等。

單字一點通 TỪ MỚI-DỄ HỌC DỄ NHỚ 度每－子賀子呢

中文	越南語	中文拼音
一尺	Một tấc	莫得
紀念品	Đồ lưu niệm	度留念
手工藝品	Hàng thủ công mỹ nghệ	沆土工迷易
地圖	Bản đồ	版度
折扣	Giảm giá (triết khấu)	攢雜（折扣）

●特產品大血拼 🔘21

SHOPPING HÀNG ĐẶC BIỆT
血拼沆大別

中文	越南語	中文拼音
磨漆畫	Tranh sơn mài	詹孫賣
螺鈿珠寶盒	Hộp đựng đồ trang sức khảm trai	戶瞪度裝飾戰砍
絲巾	Khăn lụa	刊落

中文	越南語	中文拼音
綢緞	Tơ lụa(Lụa vóc)	的落（落我）
桌巾	Khăn trải bàn	刊窄辦
珠寶	Châu báu	週寶
珊瑚	San-hô	三呼
貝殼	Khảm trai	砍摘
木雕	Điêu khắc gỗ	雕卡古
佛像	Tượng Phật	瞪佛
煤雕	Điêu khắc than	調卡碳
笠帽	Nón lá	能剌
木偶	Con rối gỗ	關蕊古
面具	Mặt nạ	禡吶

中文	越南語	中文拼音
皮雕	Đồ da chạm trổ	度匝戰主
銀器	Đồ bạc	度罷
銀項鍊	Dây chuyền bạc	哉傳罷
銀手鐲	Xuyến bạc (Vòng bạc)	炫罷（望罷）
銀戒指	Nhẫn bạc (Cà rá bạc)	嫩罷（尬雜罷）
銀胸針	Kim cài áo bạc (Ghim ngực bạc)	金蓋熬罷（金物罷）
銀製茶具	Bộ ấm chén bạc	部恩簡罷
銀製珠寶盒	Hộp đựng đồ trang sức bằng bạc	戶瞪度裝飾棒罷
古董	Đồ cổ	度古
珠寶箱	Rương châu báu	嚷週寶
花瓶	Bình hoa(Bình bông)	並花（並崩）

中文	越南語	中文拼音
瓷器	Đồ sứ	度瓷
磁盤	Dĩa sứ	碟瓷
竹器	Hàng mây tre	沆妹接
竹籃	Giỏ tre (Làn tre)	左接（濫接）
坐墊	Tấm đệm ghế	頓墊椅
桌墊	Miếng đệm chân bàn	棉墊真辦
杯墊	Tấm đệm ly (Tấm đệm cốc)	頓墊哩（頓墊國）
抱枕	Gối ôm	軌恩
置物籃	Giõ đựng đồ (Làn đựng đồ)	乳瞪度（濫瞪度）
布包	Túi vải	對矮
提袋	Giỏ xách (Túi xách)	左啥（對啥）

中文	越南語	中文拼音
鑰匙圈	Dây đeo chìa khoá	哉吊界華
風景明信片	Thiệp phong cảnh (Bưu thiếp phong cảnh)	帖風感（標帖風感）

血拼工藝品

　　到了河內和胡志明市如果不大大血拼一番就太可惜了，這些地方有許多小東西以及特別的工藝品，都很值得採購，如極負盛名的木雕，大多是優良的硬木原料，刻成多種造型如神像、人物、動物等，胡志明市的木雕價格較高，但品質也較好。木製的產品還有首飾盒、筷子、花瓶等，首飾盒外多用貝殼做造型，呈現山水、花、鳥等圖樣。

　　磨漆畫也是越南特有的工藝品，亦用硬木為畫板，大多是以人物或風景為題材，可長時間保存。另外金飾如項鍊、手鍊、戒指、耳環等都是搶手貨；銀製品則以碗碟、銀筷、酒具較為暢銷，極具越南風味，可以好好選　。

　　而下龍灣有兩種特殊的紀念品就是批幅、玳瑁標本以及煤雕。批幅和玳瑁都是海洋生物，其花紋兩色相間，十分好看，當成裝飾品或送人都很合宜；煤雕亦有多樣造型，磨過的煤雕看似瓷器，未磨的煤雕也別具韻味，真的是少見的工藝品，但是煤雕亦碎，要非常小心攜帶。

觀光篇

THĂM QUAN

探觀

尋幽訪勝
THĂM DI TÍCH
探茲迪

我要去下龍灣玩。

Tôi muốn đi vịnh Hạ Long chơi.
堆門低影哈龍遮

今天要去參觀胡志明陵。

Hôm nay tôi muốn đi thăm Lăng Bác.
昏耐堆門低探浪拔

我想要去逛中央市場。

Tôi muốn đi xem chợ trung tâm.
堆門低仙這中登

我要去寺廟拜佛。

Tôi muốn đi chùa lễ Phật.
堆門低桌禮佛

我要去參觀古芝地道。

Tôi muốn đi thăm quan địa đạo Củ Chi.
堆門低探觀地道古蹟

今天要去參觀戰爭遺跡博物館。

Hôm nay tôi muốn đi thăm quan bảo tàng di
tích chiến tranh.
昏耐堆門低探保當茲迪簡詹

我想去歷史博物館。

Tôi muốn đi thăm bảo tàng lịch sử.
堆門低探保當歷史

門票要多少錢？

Vé vào cửa bao nhiêu tiền?
椰要葛包妞店

我要買兩張門票。

Tôi muốn mua hai vé.
堆門摸嗨椰

我要找一位懂中文的導遊。

Tôi muốn tìm một hướng dẫn viên du lịch biết tiếng Hoa(=tiếng Trung).
堆門定莫哼怎鴛租力別頂華（＝頂中）

這裡可以拍照嗎？

Ở đây có được chụp hình(=chụp ảnh) không?
嗯代格的住哼（＝住按）空

請你幫我拍張照片好嗎？

Anh làm ơn chụp giùm một tấm hình được không?
安爛恩住組莫頓哼的空

今天的行程會怎麼安排？

Hành trình hôm nay được bố trí như thế nào?
漢竟昏耐的布級呢鐵鬧

我走累了，想休息一下。

Tôi mệt rồi, muốn nghỉ chút xíu.
堆滅瑞，門椅逐息

水上木偶劇

　　越南的木偶劇是越南相當有特色的傳統民間舞台戲，由熟練的師傅操控木偶與繩子，木偶就像有了生命一樣活靈活現。而越南的木偶劇最獨一無二的地方是，它是世界上唯一在水上表演的木偶劇，表演者必須全程一、兩個小時都蹲在水裡，過去據說是一種向皇帝祝壽的表演藝術，一般民眾根本沒有眼福，但隨著時間演變，水上木偶劇不但成為鄉村居民娛樂的休閒活動，還成為著名的觀光產業。

　　水上木偶劇通常都是在鄉間的池畔間表演，一般會在水上先搭上一座紅磚瓦頂的「水上神亭」，用一張竹簾垂到水面上，表演者就躲在簾後操控木偶。

　　水上木偶劇的表演內容，以越南的神話故事居多，如劍湖金龜索劍是越南有名的傳說故事，另外也有民俗活動，如仙女舞蹈、鳳凰舞、舞獅等，相當值得一看。

單字一點通 TỪ MỚI-DỄ HỌC DỄ NHỚ 度每－子賀子呢

中文	越南語	中文拼音
首都	Thủ đô	土嘟
胡志明市	Thành phố Hồ Chí Minh	探佛獲級命
導遊	Hướng dẫn viên du lịch	哼怎駕租力
解說員	Thuyết trình viên	腿竟駕
門票	Vé vào cửa	椰要葛
導覽圖	Bản đồ hướng dẫn (Sơ đồ hướng dẫn)	版度哼怎（賒度哼怎）
拍照	Chụp hình (Chụp ảnh)	住哼（住按）
行程	Hành trình (Lịch trình)	漢竟（曆竟）
古蹟	Di tích cổ (Di tích lịch sử)	茲迪古（茲迪歷史）

中文	越南語	中文拼音
歷史典故	Câu chuyện lịch sử	溝券歷史
紀念明信片	Thiệp lưu niệm (Bưu thiệp lưu niệm)	帖留念（標帖留念）
休息	Nghỉ (Nghỉ ngơi)	椅（椅威）

胡志明市（西貢）—東方明珠今與昔

　　胡志明市，舊稱「西貢」，一九四五年越南為共產黨所佔領，共產黨將首都移往河內，而為了紀念越南國父，也是越南共產黨的領袖胡志明，所以就將西貢改名為「胡志明市」。

　　胡志明市不但是越南第一大城，也是世界各國進出越南的重要門戶，這顆燦爛的東方明珠曾經因為越戰而失色，但現在的胡志明市已經重拾往日風華，越來越多的五星級飯店與餐廳進駐，越來越多的觀光客到此遊覽，使得胡志明市的白天是人潮熙來攘往，晚上也依然霓紅閃爍、喧嘩熱鬧，儼然是座不夜城。

　　夜遊西貢河是各國觀光客最喜愛的餘興節目，而在西貢的水上餐廳用餐，不但能盡享美食，還能一覽美麗夜景，幾乎是所有觀光客到胡志明市必遊的行程。

發燒景點
ĐIỂM NÓNG DU LỊCH
點農租力

還劍湖的風景真美。

Phong cảnh hồ Hoàn Kiếm(=hồ Gươm) rất đẹp.
風感戶還劍（＝戶根）熱典

紅教堂的建築真特別。

Kiến trúc của nhà thờ Đức Bà rất đặc biệt.
建築果那特得霸熱大別

坐船去遊香江。

Ngồi thuyền thăm cảnh sông Hương.
位褪探感松哼

啟定王陵是有名的古蹟。

Lăng Vua Khải Định là một di tích lịch sử nổi tiếng.
浪握凱定辣莫茲迪歷史餒頂

坐船要多少錢？

Đi thuyền hết bao nhiêu tiền?
低褪和包妞店

玩拖曳傘要多少錢？

Chơi dù kéo hết bao nhiêu tiền?
遮租搞和包妞店

玩水上活動要穿救生衣。

Muốn chơi trò chơi nước phải mặc đồ cứu hộ.
門遮這遮挪緋襖度救護

去哪裡借浮潛的器具？

Mượn đồ lặn ở đâu?
悶度爛噁都

我要借蛙鞋、蛙鏡、呼氣管。

Tôi muốn mượn chân nhái, kiếng bơi, ống thở.
堆門悶真耐，竟背，翁特

坐船出海釣魚。

Đi thuyền ra biển câu cá.
低褪匝扁溝軋

要去海邊游泳。

Muốn ra bơi ở bãi biển.
門匝背噁扁

晚上要夜遊湄公河。

Buổi tối muốn đi ngắm sông Mêkông.
跛對門低玩松迷宮

單字一點通 TỪ MỚI-DỄ HỌC DỄ NHỚ 度每-子賀子呢

中文	越南語	中文拼音
島嶼	Đảo	島
海灘	Bãi biển (Bờ biển)	扁（播扁）
珊瑚礁	Bãi san hô ngầm	百三呼問
森林	Rừng	扔
瀑布	Thác nước	塔挪
湖泊	Hồ ao (Sông hồ)	戶凹（松戶）
拖曳傘	Dù kéo	租搞
香蕉船	Thuyền lướt sóng hình quả chuối	褪羅松哼寡椎
泛舟	Đi chơi thuyền	低遮褪
浮潛	Lặn	爛

中文	越南語	中文拼音
釣魚	Câu cá	溝軋
租船	Thuê thuyền (Mướn thuyền)	推褪(門褪)
救生衣	Áo cứu hộ(Áo phao)	熬救護（熬泡）
蛙鞋	Chân nhái	真耐
蛙鏡	Kiếng bơi (Kính bơi)	鏡背（鏡背）

●超熱門觀光勝地

DANH LAM THẮNG CẢNH N1I TIẾNG

鑽藍堂感餿頂

中文	越南語	中文拼音
下龍灣	Vịnh Hạ Long	影哈龍
紅教堂	Nhà thờ Đức Bà	那特得霸
胡志明陵	Lăng Hồ Chủ Tịch (Lăng Bác)	浪獲主蒂（浪拔）

中文	越南語	中文拼音
胡志明紀念館	Nhà lưu niệm Hồ Chí Minh	那留念獲級命
市政廳	Uỷ ban nhân dân thành phố	與班嫩人探佛
獨立宮	Dinh độc lập	增獨樂
戰爭遺跡博物館	Bảo tàng di tích chiến tranh	保當茲迪簡詹
古芝地道	Địa đạo Củ Chi	地道古蹟
還劍湖	Hồ Hoàn Kiếm (Hồ Gươm)	戶還劍 （戶根）
啓定王陵	Lăng vua Khải Định	浪握凱定
鯨魚廟	Miếu Kình Ngư	描竟屋
文廟	Văn miếu	灣描
耶穌山	Núi Giêxu	餒耶穌
行桃街	Phố Hàng Đào	佛沆到

3 市區觀光

THAM QUAN TRUNG TÂM THÀNH PHỐ

探觀中登探佛

今天要去看舞蹈表演。

Hôm may muốn đi xem biểu diễn múa.
昏耐門低仙表怎摩

晚上要去看水上木偶戲。

Tối nay muốn đi xem kịch rối nước.
對耐門低仙劇蕊挪

我要去巴亭廣場。

Tôi muốn đến quảng trường Ba Đình.
堆門點廣場巴定

晚上要去湄公河邊的水上餐廳。

Buổi tối tôi muốn đi nhà hàng nổi bên bờ sông Mêkông.
跛對堆門低那沉餸邊播松迷宮

我想看電影。

Tôi muốn coi Xinê (Tôi muốn xem phim).
堆門歸西尼（堆門仙拼）

傳統舞蹈表演很有名。

Biểu diễn múa dân tộc rất nổi tiếng.
表怎摩人度熱餸頂

我帶你去逛華人區的天后宮。

Tôi đưa ông đi thăm Đền Thiên Hậu ở khu người Hoa.
堆多翁低探殿天后嗯枯位華

今晚演什麼戲？

Tối nay diễn kịch gì?
對耐怎劇記

一起去看表演。

Cùng đi xem biểu diễn.
共低仙表怎

我要去購物園。

Tôi muốn đi thăm vườn bách thú(=sở thú).
堆門低探問白圖（＝所圖）

一起去公園散步。

Cùng đi dạo công viên (Cùng đi tản bộ ở công viên).
共低造公駕（共低膽步嗯公駕）

我要去夜總會聽歌。

Tôi muốn đến câu lạc bộ âm nhạc nghe nhạc.
堆門點溝辣部恩吶耶吶

我想要租一艘小船遊湖。

Tôi muốn thuê một chiếc thuyền đi vòng quanh hồ.
堆門推莫節褪低望光戶

我要去泛舟。

Tôi muốn đi chơi thuyền.
堆門低遮褪

我要坐船去看風景。

Tôi muốn đi thuyền ngắm phong cảnh.
堆門低褪玩風感

船每隔多久一班？

Thuyền cách bao lâu có một chuyến?
褪軋包摟格莫賺

要到哪裡登船？

Phải lên thuyền ở chỗ nào?
緋愣褪噁主鬧

在碼頭登船。

Lên thuyền ở bến thuyền.
愣褪噁扁褪

船票一張多少錢？

Bao nhiêu tiền một vé thuyền?
包妞店莫椰褪

我要四張船票。

Tôi cần bốn vé thuyền.
堆艮本椰褪

上船時間是幾點？

Mấy giờ lên thuyền?
埋仄愣褪

按摩要多少錢？

Mát-sa(=xoa bóp) mất bao nhiêu tiền?
麻撒（＝刷伯）麼包妞店

河內的水上木偶劇

　　水上木偶劇在十一世紀就產生了，因為表演舞台是鄉村的湖泊或池塘，所以花費不大又便利，此項技藝是代代相傳下來的，據說以前是皇帝壽誕時獻給皇上的一項表演節目。

　　表演時是在水上搭建小亭子，掛上竹簾，而表演者就在簾後，操控著竹竿，竹竿的另一端則連接著木偶，木偶多為購物造型如牛、鴨、魚、青蛙等，若是喜歡這些木偶也可以在河內的工藝品店裡購得。

　　木偶劇表演的內容主題多是貼近人民生活的，或為民間傳說的故事，兩個小時的表演絕對精采豐富，如農間情趣、保家衛國的故事、金榜題名的題材、還劍湖的傳說、民俗活動的表演等。木偶劇演出多是在鄉間的湖畔，但河內有專門表演的場地，到越南不親眼目睹水上木偶劇那就可惜囉！

單字一點通 TỪ MỚI-DỄ HỌC DỄ NHỚ 度每－子賀子呢

中文	越南語	中文拼音
公園	Công viên	公鴛
夜總會	Câu lạc bộ âm nhạc	溝辣部恩吶
咖啡廳	Quán càphê	館枱非
酒吧	Quán Bar (Bar)	館吧（吧）
俱樂部	Câu lạc bộ	溝辣部
賭場	Sòng bạc (Casino)	送罷（枱西怒）
碼頭	Bến (Bến thuyền, bến tàu)	扁（扁褪，扁道）
船票	Vé (Vé thuyền, vé tàu thủy)	椰（椰褪，椰道腿）
登船	Lên thuyền (Lên tàu)	愣褪（楞道）
劇場	Nhà hát	那哈

中文	越南語	中文拼音
包廂	Bao phòng	包放
電影	Phim (Xinê)	拼（西尼）
悲劇	Kịch bi	劇悲
喜劇	Kịch hài	劇害
佛教	Đạo Phật	道佛
重一點（按摩）	Mạnh tay một chút (Mát-sa)	慢呆莫逐（麻撒）
輕一點（按摩）	Nhẹ tay một chút (Mát-sa)	呢呆莫逐（麻撒）

●看表演　26

XEM BỂU DIỄN
仙表怎

中文	越南語	中文拼音
水上木偶戲	Kịch rối nước	劇蕊挪

中文	越南語	中文拼音
舞蹈表演	Biểu diễn múa (Biểu diễn vũ đạo)	表怎摩（表怎舞蹈）
歌唱	Ca nhạc	嘎呐
傀儡戲	Múa rối	摩蕊
皮影戲	Phim đèn chiếu	拼電照
音樂表演	Biểu diễn ca nhạc	表怎嘎呐
芭蕾舞劇	Kịch vũ ba lê	劇舞芭蕾
歌劇	Ca kịch	嘎劇
歌舞劇	Vũ nhạc kịch	舞呐劇
音樂劇	Kịch ca nhạc (Phim ca nhạc)	劇嘎呐（拼嘎呐）
話劇	Kịch nói	劇挪
舞台秀	Tiết mục biểu diễn sân khấu	碟目表怎森口
歌舞秀	Biểu diễn ca vũ nhạc	表怎嘎舞呐

●休閒活動  27

HOẠT ĐỘNG GIẢI TRI
化動載級

中文	越南語	中文拼音
按摩	Mát-sa (Đấm bóp, xoa bóp)	麻撒（瞪伯，刷伯）
SPA	Tắm hơi	但黑
打高爾夫球	Chơi Gôn (Đánh Gôn)	遮棍（膽棍）
打網球	Chơi tennis (Chơi quần vợt)	遮顛泥（遮棍握）
打保齡球	Chơi Bowling	遮撥齡
散步	Đi dạo (Tản bộ)	低造（膽步）
登山	Leo núi	撩餒
騎馬	Cưởi ngựa	給握

中文	越南語	中文拼音
健行	Đi bộ thể dục	低步體組
租船	Thuê thuyền (Mướn thuyền)	推褪（門褪）
坐船	Ngồi thuyền (Đi thuyền)	位褪（低褪）
遊湖	Vòng quanh hồ	望光戶
游泳	Bơi	背
衝浪	Đón sóng	頓松
潛水	Lặn sâu	爛搜
滑水	Lướt sóng	羅松
釣魚	Câu cá	溝軋
騎自行車	Đi xe đạp	低撒達

中文	越南語	中文拼音
慢跑	Chạy bộ	債步
跳舞	Nhảy đầm (Khiêu vũ)	乃瞪（靠舞）
做體操	Tập thể dục	的體阻

百花春城「河內」

　　河內終年都是繁花盛開的景象，於是有了「百花春城」的稱號。河內市有許多可去之處，如還劍湖，湖水粼粼，湖邊柳樹風姿獨具。而傳說以前黎太祖得一神劍，得以在戰爭中獲勝，之後經過還劍湖，出現一龜向他討劍，於是當地有此地名。湖內有著名的玉山祠，供奉文昌帝君，也可前往遊覽一番。

　　獨柱寺形若蓮花，下方乃由一石柱支撐，為西元一世紀左右的木造建築；西湖位於青年街上，能得此名可以想見風景定是絕佳，而街上還有另一湖竹白湖，亦是著名景點；三谷洞天主村被稱為陸地的下龍灣，內有**Phat Diem Stony**教堂，是風格特殊的建築物。

　　商店街上共有36條古街，如銀街、銅街、珠寶街、綢緞街、皮街、麻街、棉布街、糖街、桃街等，歷史悠久各具特色，可以前去一探究竟。到了河內要試試當地的**cha ca**煲肉，是道地的越式口味。而想要買小玩意兒的人，可以挑選河內的漆器、木刻、絲綢、象牙製品等物作為紀念。

28

4 買票
MUA VÉ
摸椰

我要買一張電影票。

Tôi muốn mua một vé xem phim.
堆門摸莫椰仙拼

這部電影在哪裡上映？

Ở đâu có chiếu phim này?
嗯都格照拼耐

主角是誰？

Nhân vật chính là ai?
人物竟辣唉

那個電影院要怎麼去？

Đến rạp chiếu bóng đó đi thế nào?
點染照棒奪低呢鐵鬧

電影票多少錢？

Vé xem phim bao nhiêu tiền?
椰仙拼包妞店

我要買兩張入場券。

Tôi muốn mua hai vé vào cửa.
堆門摸嗨椰要葛

現在在演什麼？

Lúc này đang diễn gì thế?
盧耐當怎記鐵

是誰主演？

Ai đóng vai chính?
唉瞪歪竟

幾點開始演出？

Mấy giờ bắt đầu diễn(=chiếu) ?
沒仄拔豆怎（＝照）

這場表演有多久？

Buổi biểu diễn này dài bao lâu?
跛表怎耐在包摟

我想看舞蹈表演。

Tôi muốn xem biểu diễn múa(=biểu diễn vũ đạo).
堆門仙表怎摩（＝表怎舞蹈）

要在哪裡買票？

Phải mua vé ở đâu?
緋摸椰噁都

一張門票多少錢？

Bao nhiêu tiền một vé vào cửa?
包妞店莫椰要葛

我要前面一點的位子。

Tôi muốn ngồi chỗ gần phía trên một chút.
堆門位主互肥真莫逐

貴賓席要多少錢？

Vé hạng nhất(=vé VIP) bao nhiêu tiền?
椰沆呢（＝椰威唉批）包妞店

麻煩帶我到我的座位上。

Làm ơn đưa tôi đến chỗ ngồi của tôi.
爛恩多堆點主位果堆

今晚還有票嗎？

Có còn vé tối nay không?
格慣椰對耐空

還有空位嗎？

Có còn chỗ trống không?
格慣主重空

這裡有人坐嗎？

Chỗ này có người ngồi chưa?
主耐格位位遮

還買得到票嗎？

Có còn mua được vé không?
格慣摸的椰空

可不可以進場了？

Có thể vào xem được chưa?
格鐵要仙的遮

請問入口在哪裡？

Xin hỏi lối vào ở đâu?
新毀雷要嗯都

我要去劇場看表演。

Tôi muốn tới nhà hát xem biểu diễn.
堆門得那哈仙表怎

今晚有什麼節目？

Tối nay có những tiết mục gì?
對耐格能碟目記

有沒有演芭蕾舞劇？

Có diễn kịch vũ ba lê không?
格怎劇舞芭蕾空

晚上的表演幾點開始？

Mấy giờ bắt đầu buổi diễn buổi tối?
埋仄拔豆跛怎跛對

節目幾點開始？

Mấy giờ bắt đầu chương trình?
埋仄拔豆章竟

要不要事先訂位？

Có cần đặt chỗ trước không?
格互大主折空

可以用電話訂票嗎？

Có thể đặt vé qua điện thoại không?
格鐵大椰刮電太空

有明天的票嗎？

Có vé ngày mai không?
格椰愛埋空

我要預訂座位。

Tôi muốn đặt chỗ.
堆門大主

我找不到座位。

Tôi không tìm thấy chỗ.
堆空定台主

對不起，我可以和你換位子嗎？

Xin lỗi, ông có thể đổi chỗ cho tôi được không?
新壘，翁格鐵兌主遮堆的空

借過一下。

Làm ơn cho đi nhờ một chút (Làm ơn cho qua
một chút).
爛恩遮低呢莫逐（爛恩遮刮莫逐）

這是我的座位。

Đây là chỗ của tôi.
代辣主果堆

你坐錯位子了。

Ông ngồi nhầm chỗ rồi (Ông ngồi lộn chỗ rồi).
翁位嫩主瑞（翁位論主瑞）

胡志明市與古芝地道

從前的西貢，現在的胡志明市，包括了西貢、堤岸、嘉定三處，胡志明市內有眾多的名勝古蹟、寺廟與公園，走走看看保證會有豐富收穫，如舍利寺、國光寺、永嚴寺、聖母大教堂、騷壇公園、查匂植物園等。

曾被法國統治，這裡的美食、建築隱約都看得到法國的影子，如在Dong Khoi Street就可找到許多法式餐館。想買手工藝品的話，可選擇木雕、石雕、蜜蠟、玳瑁及琥珀製品。

古芝地道是越戰時軍隊的藏身之處，總長250公里，其內有許多秘密隧道，作戰時地道設有廚房、餐廳、醫療站、火藥庫等，置身其中彷彿回到戰爭的當時，輕易就能感受戰時的可怕與殘酷。如果想要進一步瞭解越戰，可到胡志明市的陳列館，內有各式武器、紀錄照片等。

單字一點通 TỪ MỚI-DỄ HỌC DỄ NHỚ 度每－子賀子呢

中文	越南語	中文拼音
電影院	Rạp chiếu phim (Rạp chiếu bóng)	染照拼（染照棒）
電影票	Vé xem phim (Vé xi-nê)	椰仙拼（椰西尼）
主角	Nhân vật chính	人物竟
入場券	Vé vào cửa	椰要葛
座位	Chỗ (Chỗ ngồi)	主（主位）
博物館	Viện bảo tàng	院保當
表演秀	Biểu diễn	表怎
夜總會	Câu lạc bộ âm nhạc	溝辣部恩吶
酒店	Khách sạn	卡善
酒吧	Quán Bar (Bar)	館吧（吧）

中文	越南語	中文拼音
賭場	Sòng bạc (Casino)	送罷（尬西怒）
俱樂部	Câu lạc bộ	溝辣部
演唱會	Buổi biểu diễn ca nhạc	跛表怎嘎吶
迪斯可舞廳	Vũ trường (Sàn nhảy)	舞場（散乃）
卡拉OK	Karaoke	卡拉OK
馬戲團	Đoàn xiếc thú	鍛協圖
入口	Lối vào	壘要
出口	Lối ra	壘匝
借過	Đi nhờ	低呢
排隊	Xếp hàng	協沆

中文	越南語	中文拼音
貴賓席	Chỗ hạng nhất (Chỗ VIP)	主沆呢（主威唉批）
前排	Hàng trước	沆折
後排	Hàng sau	沆稍
中間	Ở giữa	噁左
左邊	Bên trái	邊宅
右邊	Bên phải	邊緋
節目單	Tờ giới thiệu chương trình	的則跳章竟
蓋紀念章	Đóng mộc lưu niệm (Đóng dấu lưu niệm)	瞪木留念（瞪奏留念）
洗手間	Nhà vệ sinh (Toa-lét)	那衛生（多罍）
緊急疏散口	Lối thoát hiểm	罍脫罕

四

生活篇

SINH HOẠT
HÀNG NGÀY

興化汫愛

29

1 打電話（在飯店）

GỌI ĐIỆN THOẠI (TRONG KHÁCH SẠN)

貴電太（裝卡善）

我要打國際電話到台灣。

Tôi muốn gọi điện thoại quốc tế sang Đài Loan.
堆門貴電太國迪桑帶鸞

我要打對方付費方式的電話到台灣。

Tôi muốn gọi điện thoại sang Đài Loan theo cách người nghe điện thoại trả tiền.
堆門貴電太桑帶鸞挑軋位耶電太眨店

電話費怎麼算？

Cước điện thoại tính như thế nào?
格電太頂呢鐵鬧

把電話費記在我的房錢。

Tiền điện thoại tính chung với tiền phòng cho tôi.
店電太頂中偉店放遮堆

我要打長途電話。

Tôi muốn gọi điện thoại đường dài.
堆門貴電太瞪在

請說慢一點。

Làm ơn nói chậm một chút.
爛恩挪鎮莫逐

電話佔線中。

Điện thoại đang bận (Đường dây đang bận).
電太當笨（瞪哉當笨）

請不要掛斷，稍候一下。

Làm ơn đừng gác máy, xin đợi một chút.
爛恩瞪軋埋，新對莫逐

道地越式美食

越南和我們相同是以米飯為主食，到越南遊玩一定要嚐的美食有：越南河粉、羊肉爐、蛇酒、春捲、蝦餅、煎魚餅、肉粽、綠豆糕等。

肉粽是把豬肉和多樣材料磨成糊狀，再用葉子包起來，煮熟之後切片沾魚露或胡椒粉食用；春捲餡有魷魚、蝦仁、豆芽、蔥等，而外皮是用糯米做成的，吃的時候也是喜歡沾魚露或醋之類的醬料；綠豆糕都是採用品質良好的綠豆製成，口感香軟美味。

胡志明市有許多美食，如酸湯，酸湯的主原料是一種叫做酸子的植物，再放入蕃茄、豆芽、香菜等烹煮而成；牛肉火鍋亦是不能錯過的一道，它最大的特色在於用酸醋做成的鍋底，牛肉在裡頭一涮，味道就很不同喔！還有路邊攤販香噴噴的烤魷魚，也是著名的小吃。

越南人頗愛生吃青菜，包括了豆芽、空心菜等，還有一些香菜，且一定要搭配美味的佐料如酸醋、魚露、檸檬汁等，聽說這樣的吃法可以幫助消化以及降火氣呢！

單字一點通 TỪ MỚI-DỄ HỌC DỄ NHỚ 度每－子賀子呢

中文	越南語	中文拼音
國際電話	Điện thoại quốc tế	電太國迪
對方付費	Người nghe điện thoại trả tiền	位耶電太眨店
電話費	Cước điện thoại (Tiền điện thoại)	格電太（店電太）
帳單	Hóa đơn (Phiếu thu)	華單（漂禿）
長途電話	Điện thoại đường dài	電太瞪在
市區電話	Điện thoại nội hạt (Điện thoại trong thành phố)	電太內哈（電太裝探佛）
國內電話	Điện thoại trong nước	電太裝挪
忙線中	Điện thoại đang bận	電太當笨
稍候	Đợi một chút (Đợi một lát)	對莫逐（對莫剌）

打電話（在外面）
GỌI ĐIỆN THOẠI (Ở NGOÀI)
貴電太（嗯外）

請問附近哪裡有公共電話？

Xin hỏi gần đây chỗ nào có điện thoại công cộng?
新毀互代主鬧格電太公共

打一通電話多少錢？

Gọi một cuộc điện thoại hết bao nhiêu tiền?
貴莫過電太和包妞店

喂！你要找誰？

Alô!Anh muốn tìm ai?
阿囉！安門定唉

我找李明。

Tôi tìm Lý Minh.
堆定黎明

這裡沒有這個人。

Ở đây không có người này.
嗯代空格位耐

你是撥幾號？

Anh gọi số mấy?
安貴熟埋

你打錯電話了。

Anh gọi nhầm số rồi (Anh gọi lộn số rồi).
安貴嫩熟瑞（安貴論熟瑞）

請張瑪麗聽電話。

Làm ơn cho nói chuyện với Trương Mã Lệ.
爛恩遮挪券偉庄瑪麗

瑪麗現在有空嗎？

Bây giờ Mã Lệ có rảnh (=rỗi) không?
背仄瑪麗格染（＝蕊）空

請稍等一下。

Xin đợi một chút (Vui lòng đợi một lát).
新對莫逐（威楞對莫剌）

你是哪一位？

Anh là ai ạ?
安辣唉阿

他不在，要留話嗎？

Cô ấy không có ở dây, ông có muốn nhắn gì không?
姑維空格噁代，翁格門難記空

你知道他去哪裡了嗎？

Anh biết cô ấy đi đâu không?
安別姑維低都空

他九點會回來。

Chín giờ cô ấy mới về.
僅仄姑維梅業

140

等他回來，請他回電給我。

Khi nào cô ấy về, làm ơn nhắn cô ấy gọi lại cho tôi.

科鬧姑維業，爛恩難姑維貴賴遮堆

請留你的大名和電話號碼。

Làm ơn để lại quý danh và số điện thoại của ông.

爛恩抵賴貴鑽法熟電太果翁

他什麼時候回來？

Lúc nào cô ấy mới về?

盧鬧姑維梅業

他九點會回來。

Chín giờ cô ấy mới về.

僅仄姑維梅業

那沒關係，我打他的行動電話。

Vậy không sao, tôi gọi cho cô ấy theo số di động.

為空稍，堆貴遮姑維挑數資動

我會再打來。

Tôi sẽ gọi lại sau.

堆捨貴賴稍

對不起，我打錯了。

Xin lỗi, tôi gọi lộn số (Xin lỗi, tôi gọi nhầm số).

新壘，堆貴論熟（新壘，堆貴嫩熟）

我等一下再打。

Một lúc nữa tôi sẽ gọi lại.

莫盧挪堆捨貴賴

你現在方便講電話嗎？

Bây giờ anh có tiện nói chuyện điện thoại không?

背仄安格店挪券電太空

請問餐廳還有沒有空位？

Xin hỏi nhà hàng có còn chỗ không?

新毀那沉格慣主空

我要預訂今天晚上的位子。

Tôi muốn đặt chỗ trước cho tối nay.

堆門大主折遮對耐

什麼時候才會有空位？

Khi nào mới có chỗ?

科鬧梅格主

請幫我留兩個位子。

Làm ơn giữ giùm tôi hai chỗ.
爛恩子組堆嗨主

我要預訂四個人的位子。

Tôi muốn đặt chỗ trước cho bốn người.
堆門大主折遮本位

我要取消訂位。

Tôi muốn hủy đặt chỗ.
堆門毀大主

哪裡可以買電話卡？

Có thể mua thẻ điện thoại ở đâu?
格鐵摸鐵電太嗯都

南國之夜愈夜愈美麗

　　夜貓子的福音又來啦！晚上不想乖乖睡覺，怕沒地方去嗎？別擔心，許多地方都還是敞開大門等著客人光臨喔！

　　近年來因為投資者和觀光的人數增多，越南也一直在規劃一些場所，讓遊客能夠順利玩樂、消費。越南的夜晚，能夠去的地方像是KTV、夜總會、舞廳、咖啡館等。例如胡志明市的KTV和夜總會就不少，夜晚正是熱鬧時候，而且有愈來愈多的現象，想盡情狂歡絕不困難。

　　而越南的咖啡館不像我們以為的那樣，它只是小小暗暗的店面，可以提供人們休息、看影帶等，而非寬敞、明亮的高雅咖啡店，當然也有露天的咖啡座，希望享受閒情逸致的人，就會選擇這樣的地方。另外，胡志明市有提供遊艇可以遊覽西貢河，船上更有表演節目可觀賞。

單字一點通 TỪ MỚI-DỄ HỌC DỄ NHỚ 度每－子賀子呢

中文	越南語	中文拼音
公共電話	Điện thoại công cộng	電太公共
行動電話	Điện thoại di động	電太資動
電話卡	Thẻ điện thoại (Card điện thoại)	鐵電太（嘎電太）
留話	Nhắn (Nhắn lại)	難（難賴）
電話號碼	Số điện thoại	熟電太
空位	Chỗ trống	主重
訂位	Đặt chỗ	大主

 選對一本好教材，輕鬆說一口流利越南語！

31

3 在銀行
TẠI NGÂN HÀNG
代溫沆

請問在哪裡換錢？

Xin hỏi có thể đổi tiền ở đâu?
新毀格鐵兌店噁都

我要換錢。

Tôi muốn đổi tiền.
堆門兌店

要換多少錢？

Muốn đổi bao nhiêu tiền?
門兌包妞店

我要把美金換成越南盾。

Tôi muốn đổi Đôla Mỹ lấy tiền Việt.
堆門兌度拉米雷店越

我要把旅行支票兌換成現金。

Tôi muốn đổi Séc du lịch lấy tiền mặt.
堆門兌冊租力雷店碼

現在兌換的匯率是多少？

Tỷ giá hiện tại là bao nhiêu?
底雜漢代辣包妞

今天的匯率是多少？

Tỷ giá hôm nay là bao nhiêu?
底雜昏耐辣包妞

有沒有帶身份證件、護照？

Có đem theo chứng minh nhân dân(=thẻ căn cước), hộ chiếu không?
格顛挑證明嫩人（＝鐵桿格），護嚼空

我沒有帶證件。

Tôi không đem theo giấy tờ tùy thân.
堆空顛挑賊的對騰

這是我的護照。

Đây là hộ chiếu của tôi.
代辣護嚼果堆

要不要收手續費？

Có phải trả thủ tục phí không?
格緋眨土度皮空

手續費要多少錢？

Thủ tục phí hết bao nhiêu tiền?
土度皮和包妞店

把500美元換成越南盾。

Đổi 500 Đôla Mỹ lấy tiền Việt.
兌南沾度拉米雷店越

請換成小鈔。

Đổi giúp thành tiền lẻ.
兌足探店俪

我要各種面值的硬幣。

Tôi cần các loại tiền xu có trị giá khác nhau.
堆門軋賴店蘇格記雜卡鬧

我的現金要換成小鈔。

Tôi muốn đổi tiền mặt thành loại tiền nhỏ.
堆門兌店禡探賴店諾

請幫我按照紙條上寫的，換小鈔給我。

Làm ơn đổi thành loại tiền nhỏ hơn như ghi
trong mẩu giấy này giúp tôi.
爛恩兌探賴店諾恨呢記裝某賊耐足堆

我要二十張1000元紙鈔。

Tôi cần hai mươi tờ loại tiền một ngàn (=nghìn)
đồng.
堆互嗨妹的賴店莫萬（＝印）洞

請幫我換成100元的。

Xin đổi giúp tôi thành loại một trăm đồng.
新兌足堆探賴莫沾洞

請當面點清。

Làm ơn đếm kỹ tại chỗ.
爛恩點記代主

147

我點過了沒有錯。

Tôi đếm đủ rồi.
堆點賭瑞

你少給我錢了。

Cô đưa tôi thiếu tiền rồi.
姑多條店瑞

你換錯錢了。

Cô đổi nhầm tiền rồi (Cô đổi lộn tiền rồi).
姑兌嫩店瑞（姑兌論店瑞）

我可以用信用卡預借現金嗎？

Tôi có thể dùng thẻ tín dụng để vay tiền mặt được không?
堆格鐵縱鐵墊縱底歪店禡的空

請問自動提款機在哪裡？

Xin hỏi máy rút tiền tự động ở đâu?
新毀埋如店杜動嗯都

你在我們銀行有帳戶嗎？

Ông có tài khoản trong ngân hàng của chúng tôi không?
翁格貸款裝溫沆果眾堆空

我要匯錢到香港。

Tôi muốn chuyển khoản sang HongKong.
堆門轉款桑関工

單字一點通 TỪ MỚI-DỄ HỌC DỄ NHỚ 度每－子賀子呢

中文	越南語	中文拼音
銀行	Ngân hàng	溫沆
旅行支票	Séc du lịch	冊租力
換錢	Đổi tiền	兌店
證件	Giấy tờ	賊的
美金	ĐôLa Mỹ	度拉米
台幣	Đài Tệ (Đôla Đài Loan)	帶地（度拉帶鸞）
越南盾	Tiền Đồng Việt Nam	店洞越南
手續費	Thủ tục phí	土度皮
匯率	Tỷ giá hối đoái	底雜回帶
小鈔	Tiền lẻ	店倆

中文	越南語	中文拼音
1000盾	Một ngàn đồng (Một nghìn đồng)	莫萬洞（莫印洞）
500盾	Năm trăm đồng	南沾洞
100盾	Một trăm đồng	莫沾洞
硬幣	Tiền xu	店蘇
點清	Đếm kỹ (Đếm đủ)	點記（點度）
外匯	Chuyển khoản ra nước ngoài	轉款匣挪外
兌換現金	Đổi tiền mặt	兌店媽
自動提款機	Máy rút tiền tự động	埋如店杜動
預借現金	Vay tiền mặt (Xin tạm ứng tiền mặt)	歪店媽（新但翁店媽）
活期存款	Tiền gửi không kỳ hạn	店給空記漢
帳戶	Tài khoản	貸款

中文	越南語	中文拼音
存摺	Sổ tài khoản	屬貸款
匯款	Chuyển khoản	轉款
利息	Lợi tức, tiền lời	樂得，店樂
密碼	Mật mã	麼碼

越南的門檻—廣寧省

　　從大陸到越南旅遊一定會經過廣寧省，由廣寧省管轄的芒街與大陸的廣西省相鄰，所以有點像是大陸人民到越南的門檻。廣寧省有許多好玩的地方，如下龍灣，除此之外像安子山也是可以走走的好去處，其上有座古廟「華安寺」，在與數個瀑布擦身之後就會看見，這還不是最高點，再往上爬就能夠俯瞰下龍灣的美景，饒富情味。

　　芒街裡的東南亞風情村算是最熱門的景點啦！除了具代表性的歌舞表演外，更有許多文物、標本、工藝品等著你去參觀呢！而芒街的六角形市場也是可以逛逛兼血拼的地方，不管吃的、用的、看的，這裡可是應有盡有。

　　除了壓馬路、瘋狂購物之外，如果想要到海邊走走，茶古海灘是最佳選擇，滿是白沙的沙灘以及天主教堂，都是人們喜愛流連的地方。

32

4 在郵局
TẠI BƯU ĐIỆN
代標電

最近的郵局在哪裡？

Bưu điện gần nhất ở đâu?
標電互呢嗯都

請問這裡有賣郵票嗎？

Xin hỏi ở đây có bán tem thư không?
新毀嗯代格辦顛禿空

哪個窗口可以買郵票？

Có thể mua tem ở cửa nào?
格鐵摸顛嗯葛鬧

我要寄航空信。

Tôi muốn gửi thư hàng không (Tôi muốn gửi thư máy bay).
堆門給禿沉空（堆門給禿埋辦）

寄到台灣要多久？

Gửi đi Đài Loan mất bao lâu?
給低帶鶯麼包摟

我要寄掛號信。

Tôi muốn gửi thư bảo đảm.
堆門給禿保擔

請問要多少錢？

Xin hỏi hết bao nhiêu tiền?
新毀和包妞店

寄到台灣郵資要多少錢？

Gửi sang Đài Loan hết bao nhiêu tiền cước?
給桑帶鸞和包妞店格

寄到香港的信要貼多少錢郵票？

Gửi thư đi Hong Kong hết bao nhiêu tiền tem?
給禿低関工和包妞店顛

如果寄普通信件多久會到？

Nếu gửi thư thường bao lâu mới nhận được?
牛給禿騰包摟梅嫩的

我要寄快遞。

Tôi muốn gửi thư chuyển phát nhanh.
堆門給禿轉發因

我要寄包裹到台灣。

Tôi muốn gửi bưu kiện đi Đài Loan.
堆門給標件低帶鸞

寄包裹到日本要多少錢呢？

Gửi bưu kiện đi Nhật Bản hết bao nhiêu tiền?
給標件低嫩版和包妞店

要寄空運還是海運？

Muốn gửi đường hàng không hay đường biển?
門給瞪沅空嗨瞪扁

哪一種方式比較快？

Cách nào nhanh hơn?
軋鬧因恨

哪一種比較便宜？

Cách nào rẻ hơn?
軋鬧惹恨

我要寄空運。

Tôi muốn gửi đường hàng không.
堆門給瞪沅空

錢在這裡。

Tiền ở đây.
店噁代

有沒有賣明信片？

Có bán thiệp không (Có bán bưu thiếp không)？
格辦帖空（格辦標帖空）

我要買五張明信片。

Tôi muốn mua năm tấm thiệp.
堆門摸南頓帖

我要買信封。

Tôi muốn mua bì thơ.
堆門摸閉禿

有沒有賣紀念郵票？

Có bán tem chơi không?
格辦顛遮空

我要秤一下重量。

Tôi muốn cân thử trọng lượng một chút.
堆門跟土重楞莫逐

避暑勝地在海防

海防與廣寧省相鄰，是越南的第一大港，其海鮮非常有名。而海防的突山海灘是遊客聚集之地，塗山半島分為三區，第三區有清澈的海水、舒服的沙灘，是最棒的海水浴場。

另外在海防附近有眾多小島，最大的是貓灣島，有海龜和龍蝦的養殖場，更有好幾百種的植物可觀賞。想要逛街則可以到市區的鐵市場瞧瞧，鐵市場歷史悠久，本來是因為販售鐵器而著名，後來已經改建成大型的複合式市場了。

單字一點通 TỪ MỚI-DỄ HỌC DỄ NHỚ 度每－子賀子呢

中文	越南語	中文拼音
郵局	Bưu điện	標電
郵筒	Hòm thư (Thùng thư)	混禿（桶禿）
包裹	Bưu kiện (Bưu phẩm)	標件（標粉）
印刷品	Đồ in ấn (Sản phẩm in ấn)	度印恩（閃粉印恩）
卡片	Thiệp (Bưu thiếp)	帖（標帖）
空運	Không vận (Đường hàng không)	空運（瞪沆空）
海運	Hải vận (Đường biển)	海運（瞪扁）
掛號信	Thư bảo đảm	禿保擔
普通郵件	Thư thường	禿騰
航空郵件	Bưu kiện hàng không	標件沆空

中文	越南語	中文拼音
快捷	Chuyển phát nhanh	轉發因
明信片	Thiệp (Bưu thiếp)	帖（標帖）
快遞	Chuyển phát nhanh	轉發因
秤重	Cân trọng lượng	跟重楞
郵資	Cước phí bưu điện	格皮標電
郵票	Tem (Tem thư)	顛（顛禿）
紀念郵票	Tem chơi (Tem lưu niệm)	顛遮（顛留念）
信封	Bì thơ (Phong bì)	閉禿（閉）
信紙	Giấy viết thư	賊爺禿
地址	Địa chỉ	爹幾
寄信人	Người gửi	位給

中文	越南語	中文拼音
收信人	Người nhận	位嫩
姓名	Họ tên	賀顛
越南	Việt Nam	越南
台灣	Đài Loan	帶鸞
美國	Nước Mỹ	挪米
中國	Trung Quốc	中國
日本	Nhật Bản	嫩版
香港	Hong Kong (Hồng Kông)	鬨工（鬨工）
泰國	Thái Lan	台藍

上美容院
ĐI THẨM MỸ VIỆN
低審美院

我沒有預約可以嗎？

Tôi không hẹn trước có được không?
堆空恨折格的空

我是約十一點要剪頭髮的。

Tôi có hẹn cắt tóc lúc mười một giờ.
堆格恨軋奪盧妹莫仄

你需要什麼服務？

Bà muốn làm gì ạ?
霸門爛記阿

我要洗頭。

Tôi muốn gội đầu.
堆門貴豆

我要剪頭髮。

Tôi muốn hớt tóc (cắt tóc).
堆門和奪（＝軋奪）

要剪什麼樣的髮型？

Muốn cắt kiểu tóc nào?
門軋苟奪鬧

髮型和原來一樣,只要修一下就好了。

Vẫn như kiểu tóc cũ, chỉ cần sửa một chút là
được.

穩呢苟奪古,幾互捨莫逐辣的

原來的髮型看起來沒有精神。

Kiểu tóc cũ trông thần sắc không được tốt lắm.

苟奪古中騰啥空的奪藍

都交給你處理了。

Tùy cô chọn kiểu.

對姑鎮苟

請幫我剪短一點。

Làm ơn cắt ngắn một chút.

爛恩軋完莫逐

剪到齊肩膀好了。

Cắt đến ngang vai là được rồi.

軋點汪唉辣的瑞

大概剪5公分好了。

Cắt khoảng 5 phân là được rồi .

軋況難分辣的瑞

剪像這張照片的髮型。

Cắt giống như kiểu tóc trong tấm hình(=ảnh) này.
軋總呢苟奪裝頓哼（＝按）耐

我要燙頭髮。

Tôi muốn uốn tóc.
堆門穩奪

我要染頭髮。

Tôi muốn nhuộm tóc.
堆門嫩奪

想染什麼顏色？

Muốn nhuộm màu gì?
門嫩冒記

我想染成咖啡色，看起來較自然的。

Tôi muốn nhuộm màu hạt dẻ, trông có vẻ khá tự nhiên.
堆門嫩冒哈野，中格也卡杜年

我想染成紅色，但顏色不要太深。

Tôi muốn nhuộm màu đỏ, nhưng đừng sậm quá.
堆門嫩冒朵，能瞪慎寡

我想染成金黃色。

Tôi muốn nhuộm màu vàng.
堆門嫩冒望

我要做護髮。

Tôi muốn hấp tóc.
堆門痕奪

我不要噴髮膠。

Tôi không muốn xịt keo.
堆空門細膠

我喜歡這個髮型。

Tôi thích kiểu tóc này.
堆提苟奪耐

我今天晚上有約會。

Tối nay tôi có cuộc hẹn.
對耐堆格過恨

我要修面。

Tôi muốn làm mặt.
堆門爛禡

你有指定的設計師嗎？

Bà có cần chọn thợ không?
霸格互鎮特空

沒有，我第一次來。

Không, đây là lần đầu tôi tới đây.
空，代辣論豆堆得代

請在那邊坐，稍等一下。

Mời bà ngồi đợi ở đằng kia một chút.
妹霸位對嗯當接莫逐

我要做臉。

Tôi muốn làm mặt.
堆門爛襪

宗教、節日與禁忌

越南人的國教為佛教，約有兩千萬人篤信佛教，在南部則有少數人信奉天主教。越南的重要節日與我們大致相同，春節、清明、端午、中秋、重陽等，都是要盛大慶祝的日子，尤其是春節，大家見面都會握手、問好，或行擁抱禮。越南與許多東南亞國家一樣，最不喜歡讓人摸頭頂，不要以為表示親 就可以亂摸別人的頭。另外，越南人的禁忌數字為三，他們忌諱三個人合照，也不能連續幫三個人點煙，要多加注意。

單字一點通 TỪ MỚI-DỄ HỌC DỄ NHỚ 度每－子賀子呢

中文	越南語	中文拼音
美容院	Thẩm mỹ viện (Beauty Salon)	審美院（標低沙龍）
洗髮	Gội đầu	貴豆
剪髮	Cắt tóc (Hớt tóc)	軋奪（和奪）
燙頭髮	Uốn tóc (Làm đầu)	穩奪（爛豆）
吹風	Sấy (Sấy tóc)	誰（誰奪）
染髮	Nhuộm tóc	嫩奪
護髮	Dưỡng tóc	莽奪
長髮	Tóc dài	奪在
短髮	Tóc ngắn	奪完
髮膠	Keo (Gôm)	膠（棍）

中文	越南語	中文拼音
潤絲	Dầu xả	柔沙
分叉	Tóc chẻ	豆解
頭皮屑	Gầu	夠
刮鬍子	Cạo râu	告柔
做臉	Làm mặt (Chăm sóc da mặt)	爛褘（沾啥匝褘）
修指甲	Sửa móng tay	捨夢呆

胡志明鞋

　　乍聽之下，你可能會以為這鞋是越南之父胡志明所發明的，不過事實上胡志明鞋是戰爭下的產物，這種鞋最早出現在胡志明領導對法國作戰時，因為當時許多越南軍民都利用法國軍隊所留下來的輪胎，製成塑膠的鞋子，耐用又方便，而且一毛錢也不必花，便成了風行一時的「國鞋」，「胡志明鞋」的稱謂也由之而來。雖然現在經濟進步，舊時的「胡志明鞋」可說不復可見，但當地居民仍然喜歡穿著涼鞋就出門上街去。

五

意外篇

SỰ CỐ

事國

1 生病
BỊ BỆNH (BỆNH, BỊ ỐM)
必病（病，必文）

你哪裡不舒服？

Ông thấy chỗ nào khó chịu?
翁台主鬧殼救

我的胃不舒服。

Bao tử(=dạ dày) của tôi khó chịu.
包賭（＝匼在）果堆殼救

我剛剛吃過藥了。

Tôi vừa mới uống thuốc xong.
堆握梅翁陀雙

附近哪裡有藥房？

Hiệu thuốc gần nhất ở đâu?
號陀互呢噁都

我的頭很痛。

Tôi đau đầu quá.
堆刀豆寡

我的牙齒痛。

Tôi đau răng quá.
堆刀嚷寡

我的腳扭傷了。

Tôi bị trẹo chân rồi.
堆避叫真瑞

我拉肚子。

Tôi bị tiêu chảy (Tôi bị đi ngoài).
堆避雕窄（堆避低外）

我感冒了。

Tôi bị cảm rồi.
堆避感瑞

我想買感冒藥。

Tôi muốn mua thuốc cảm cúm.
堆門摸陀感滾

有東西跑進我的眼睛。

Có gì đó bay vào mắt tôi.
格記奪掰要麻堆

要不要去看醫生？

Có phải đi khám bệnh không?
格緋低勘病空

不用了，我覺得好一點了。

Không cần đâu, tôi cảm thấy đỡ một chút rồi.
空互都，堆感台得莫逐瑞

我不舒服，請送我到醫院。

Tôi cảm thấy khó chịu, làm ơn đưa tôi đến bệnh
viện.
堆感台殼救，爛恩多堆點病院

請幫我叫醫生。

Làm ơn kêu Bác sĩ giùm tôi (Xin giúp tôi gọi
Bác sĩ).
爛恩糾拔洗組堆（新足堆貴拔洗）

我被車子撞傷了。

Tôi bị xe tông(=xe đâm) bị thương.
堆避撒東（＝撒登）必騰

我的血型是O型。

Nhóm máu của tôi là nhóm O.
能毛果堆辣能歐

請幫我聯絡台灣的家人。

Làm ơn liên lạc giúp tôi với người nhà ở Đài
Loan.
爛恩連辣足堆偉位呐嗯帶鸞

單字一點通 TỪ MỚI-DỄ HỌC DỄ NHỚ 度每－子賀子呢

中文	越南語	中文拼音
看病	Khám bệnh (Đi Bác sĩ)	勘病（低拔洗）
醫院	Bệnh viện	病院
急診室	Phòng cấp cứu	放格救
醫生	Bác sĩ (Thầy thuốc)	拔洗（太陀）
護士	Hộ lý (Y tá)	護理（醫達）
牙醫	Bác sĩ nha khoa (Nha sĩ)	拔洗那誇（那洗）
病房	Phòng bệnh	放病
藥房	Tiệm thuốc tây (Hiệu thuốc)	店陀呆（號陀）
急診	Cấp cứu	格救
掛號	Đăng ký khám bệnh	當記勘病

中文	越南語	中文拼音
救護車	Xe cấp cứu (Xe cứu thương)	撒格救（撒救湯）
住院	Nằm viện	難院
診斷書	Giấy chuẩn đoán (Giấy khám bệnh)	賊診斷（賊勘病）
身體檢查	Kiểm tra sức khỏe	檢渣時傀
藥片	Thuốc viên	陀鴛
膠囊	Viên thuốc bọc (Viên con nhộng)	鴛陀播（鴛慣凈）
腸胃藥	Thuốc đường ruột	陀瞪若
止痛藥	Thuốc giảm đau	陀攢刀
止瀉藥	Thuốc cầm	陀互
軟膏	Thuốc mỡ	陀抹

中文	越南語	中文拼音
阿斯匹靈	Thuốc Aspirin	陀阿斯匹靈
安眠藥	Thuốc an thần (Thuốc ngủ)	陀安探（陀午）
眼藥	Thuốc mắt	陀麻
紗布	Băng (Băng y tế)	幫（幫醫迪）
脫脂棉	Gạc thấm (Bông thấm)	枌疼（崩疼）
防曬油	Kem chống nắng	跟腫囊
防曬乳液	Kem chống nắng	跟腫囊
防蚊液	Thuốc chống muỗi	陀腫每

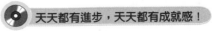

天天都有進步，天天都有成就感！

●毛病症狀 35

CÁC TRIỆU CHÁNG BỊ BỆNH
軋兆正必病

中文	越南語	中文拼音
牙齒痛	Đau răng	刀嚷
頭暈	Váng đầu (Chóng mặt)	王豆（種犞）
暈車	Say xe	塞撒
暈船	Say sóng	塞松
暈機	Say máy bay	塞埋拜
曬傷	Cháy nắng	宅囊
嘔吐	Nôn ọe (Ói mửa)	嫩月（唯抹）
發抖	Run	潤
發冷	Lạnh (Ốn lạnh)	浪（文浪）

中文	越南語	中文拼音
發癢	Ngứa	鵝
皮膚過敏	Dị ứng da	自蓊匝
出疹子	Nổi mẩn	餒瞞
拉肚子	Bị tiêu chảy (Bị đi ngoài)	必雕窄（必低外）
發燒	Sốt	熟
感冒	Cảm	感
咳嗽	Ho	喝
打噴嚏	Hắt hơi	哈黑
流鼻水	Sổ mũi	所母
肺炎	Viêm phổi	煙肺

中文	越南語	中文拼音
氣喘	Hen (Suyễn)	恨（選）
盲腸炎	Viêm ruột thừa	煙若特
傳染病	Bệnh truyền nhiễm	病轉黏
生理痛	Đau sinh lý (Đau do kinh nguyệt)	刀興理（刀租經月）
心臟病	Bệnh tim	病丁
高血壓	Huyết áp cao	回牙高
糖尿病	Bệnh đái đường	病歹瞪
便秘	Táo bón	捯本
愛滋病	Bệnh AIDS	病愛地
燒傷	Bị phỏng (Bị bỏng)	必諷（必繃）

中文	越南語	中文拼音
燙傷	Bị phỏng (Bị bỏng)	必諷（必繃）
骨折	Gẫy xương	給雙
休克	Bị sốc (Choáng)	必俗（床）
抽筋	Bị chuột rút	必主如
摔傷	Té bị thương (Ngã bị thương)	跌必騰（雅必騰）
意外跌倒	Không may bị ngã	空埋必雅
車禍	Tai nạn xe	呆難撒
消化不良	Tiêu hóa kém	雕華互
全身無力	Toàn thân mệt mỏi rã rời	段探滅抹匹瑞
全身酸痛	Toàn thân đau nhức	段探刀呢

中文	越南語	中文拼音
臉色不好	Thần sắc không tốt (Sắc mặt kém)	探啥空奪（啥䄷艮）
胃口不好	Ăn không ngon miệng	安空灣命
呼吸困難	Khó thở	殼妥
蚊蟲咬傷	Bị côn trùng chích	必昆蟲疾
失眠	Mất ngủ	麼午

多會一種外語，為自己加分！

KHÁM BỆNH (ĐI BÁC SĨ)
勘病（低拔洗）

我要看急診。

Tôi phải khám cấp cứu.
堆緋勘格救

你有什麼症狀？

Bà thấy có triệu chứng gì?
霸台格兆正記

我肚子痛，還想吐。

Tôi đau bụng, còn muốn ói nữa.
堆刀繃，互門唯挪

我的喉嚨腫痛。

Tôi bị đau họng.
堆避刀関

我這裡痛。

Tôi đau ở chỗ này.
堆刀噁主耐

我跌倒受傷了。

Tôi té bị thương rồi (Tôi ngã bị thương)
堆跌必騰瑞（堆雅必騰）

我覺得有一點發燒。

Tôi cảm thấy hơi sốt.
堆感台黑熟

我覺得冷。

Tôi thấy lạnh.
堆台浪

我皮膚過敏。

Da tôi bị dị ứng.
匝堆必自翁

你最近吃了些什麼？

Gần đây bà ăn những thứ gì?
互代霸安能圖記

我昨天晚上有吃魚和海鮮。

Tối qua tôi ăn cá và hải sản.
對刮堆安軋法海閃

先去量一下體溫。

Đi đo nhiệt độ trước đã.
低多聶度折打

要驗血。

Phải thử máu
緋土毛

要打針。

Phải tiêm (Phải chích thuốc)
緋顛（緋即陀）

你會藥物過敏嗎？

Bà có bị dị ứng thuốc không?
霸格必自蓊陀空

這個藥要怎麼吃？

Thuốc này uống thế nào?
陀耐翁鐵鬧

一天要吃幾次藥？

Một ngày phải uống thuốc mấy lần?
莫愛緋翁陀梅楞

我有海外醫療保險。

Tôi có bảo hiểm y tế tại nước ngoài.
堆格保罕醫迪代挪外

我得了什麼病？

Tôi bị bệnh(=mắc bệnh) gì ?
堆必病（＝麻病）記

我還能繼續旅行嗎？

Tôi có thể tiếp tục đi du lịch được không?
堆格鐵跌度低租力的空

我的情況嚴重嗎？

Tình hình của tôi có nghiêm trọng không?
定哼果堆格嚴重空

我需要住院嗎？

Tôi có phải nằm viện không?
堆格緋難院空

我需要休息多久？

Tôi cần phải nghỉ ngơi bao lâu?
堆互緋椅威院包摟

多久會痊癒？

Bao lâu sẽ khỏi?
包摟捨塊

 學好外語的秘訣是重複、重複、再重複，將學習融入生活中！

單字一點通 TỪ MỚI-DỄ HỌC DỄ NHỚ 度每－子賀子呢

中文	越南語	中文拼音
量體溫	Đo nhiệt độ	多矗度
量血壓	Đo huyết áp	多回牙
量脈搏	Đo mạch đập	多脈的
症狀	Triệu chứng	兆正
藥物過敏	Dị ứng thuốc	自翁陀
驗血	Thử máu	土毛
打針	Tiêm (Chích thuốc)	顛（即陀）
手術	Mổ (Phẫu thuật)	抹（否拓）
照心電圖	Chụp điện tâm đồ	住電登度
吃藥	Uống thuốc	翁陀

中文	越南語	中文拼音
疲倦	Mệt mỏi (Kiệt sức)	滅抹（葛時）
休息	Nghỉ (Nghỉ ngơi)	椅（椅威）
痊癒	Khỏi bệnh (Thuyên giảm)	塊把（湍攢）
上石膏	Bó bột	伯播
海外醫療保險	Bảo hiểm y tế tại nước ngoài	保罕醫迪代挪外

●認識身體  37

NHẬN BIẾT CÁC BỘ PHẬN THÂN THẾ
嫩別軋部分歌鐵

中文	越南語	中文拼音
眼睛	Mắt	麻
眉毛	Chân mày (Lông mày)	真麥（龍麥）
耳朵	Tai	呆

中文	越南語	中文拼音
鼻子	Mũi	母
嘴巴	Miệng (Mồm)	命（悶）
額頭	Trán	站
臉頰	Má	麻
牙齒	Răng	嚷
喉嚨	Cổ họng	古関
脖子	Cổ	古
胸部	Ngực	握
肩膀	Vai	歪
手臂	Cánh tay	桿呆

中文	越南語	中文拼音
手腕	Cổ tay	古呆
手指	Ngón tay	雯呆
腳	Chân	真
大腿	Đùi	對
小腿	Bắp chân	拔真
肚子	Bụng	繃
膝蓋	Đầu gối	豆軌
胃	Bao tử (Dạ dày)	包賭（匝在）
心	Tim	丁
肺	Phổi	肺

3 求助
NHỜ GIÚP ĐỠ
呢足得

救命啊！

Cứu tôi với!
救堆偉

我該怎麼辦？

Tôi phải(=nên) làm thế nào?
堆緋（＝唸）爛鐵鬧

你有什麼困難？

Ông có khó khăn gì?
翁格闊刊記

麻煩你幫我一個忙。

Phiền Ông giúp tôi một việc.
片翁足堆莫月

有人搶走我的皮包。

Có người giật túi của tôi (Có người cướp giỏ của tôi).
格位仄對果堆（格位格左果堆）

我的皮夾子被偷了。

Chiếc bóp da của tôi bị lấy trộm.
節伯匝果堆必雷震

我的護照不見了。

Tôi bị mất hộ chiếu rồi.
堆必麼護嚼瑞

我的車子被偷了。

Tôi bị mất xe rồi.
堆必麼撒瑞

你可以幫我打電話給警察嗎？

Ông có thể giúp tôi gọi điện thoại cho cảnh sát
được không?
翁格鐵足堆貴電太遮感啥的空

請問最近的警察局在哪裡？

Xin hỏi trụ sở cảnh sát gần nhất ở đâu?
新毀住所感啥互呢嗯都

我可不可以跟你借電話？

Ông có thể cho tôi mượn điện thoại được không?
翁格鐵遮堆悶電太的空

發生什麼事了？

Xảy ra chuyện gì thế?
塞匝券記鐵

單字一點通 TỪ MỚI-DỄ HỌC DỄ NHỚ 度每—子賀子呢

中文	越南語	中文拼音
搶劫	Cướp (Cướp giật)	格（格仄）
被偷	Bị lấy trộm (Mất trộm)	必雷震（麼震）
被扒	Bị móc trộm	必麼震
遺失	Sơ ý làm mất (Bị mất)	賒移爛麼（必麼）
錢包	Bóp tiền (Ví tiền)	伯店（移店）
皮夾子	Bóp da (Ví da)	伯匝（移匝）
迷路	Lạc đường	辣瞪
報案	Báo cảnh sát	報感啥
警察	Cảnh sát (Công an)	感啥（公安）
警察局	Trụ sở cảnh sát (Đồn công an)	住所感啥（盾公安）

4 在警察局

TẠI TRỤ SỞ CẢNH SÁT (TẠI ĐỒN CÔNG ĂN)

代住所感啥（代盾公安）

我的皮包遺失在計程車上。

Tôi bị mất giỏ trên xe Taxi.

堆必麼左店撒搭西

錢包可能是在車站被扒走的。

Bóp tiền của tôi có lẽ bị móc trộm lúc ở bến xe.

伯店果堆格倆必麼震盧噁扁撒

皮包裡面有些什麼東西？

Trong giỏ có những đồ gì?

裝左格能度記

有照相機、護照、錢包。

Có máy chụp hình, hộ chiếu, bóp tiền.

格埋住哼，護嚼，伯店

錢包裡面有一張信用卡。

Trong bóp tiền có một tấm thẻ tín dụng.

裝伯店格莫頓鐵墊縱

大約一張3000元美金的旅行支票。

Một tấm Séc du lịch trị giá khoảng ba ngàn(=nghìn) Đôla Mỹ.

莫頓冊租力記雜況八萬（＝印）度拉米

約十萬元越南盾，還有2000元的美金。

Khoảng một trăm ngàn(=nghìn) đồng tiền Việt
và hai ngàn(=nghìn) Đôla Mỹ.
況莫沾萬（＝印）洞店越法嗨萬（＝印）度拉米

你在哪裡搭車子的？

Ông lên xe ở đâu?
翁楞撒嗯都

是哪家計程車公司的車子？

Là xe Taxi của hãng Taxi nào?
辣撒搭西果沆搭西鬧

我不記得了。

Tôi không nhớ nữa.
堆空呢挪

我沒有記車號。

Tôi không nhớ số hiệu xe.
堆空呢熟號撒

我是台灣來的觀光客。

Tôi là khách du lịch Đài Loan.
堆辣卡租力帶鸞

可以找一位會說英文的警察嗎？

Có thể tìm giúp một vị cảnh sát biết tiếng Anh không?
格鐵定足莫位感啥別挪頂安空

我的護照被偷了。

Hộ chiếu của tôi bị mất trộm rồi.
護嚼果堆必麼震瑞

可以幫我補發嗎？

Có thể cấp lại cho tôi được không?
格鐵格賴遮堆的空

請幫我找回皮包。

Làm ơn tìm lại giỏ giúp tôi.
爛恩定賴左足堆

我應該和誰聯絡？

Tôi có thể liên lạc với ai?
堆格鐵連辣偉唉

這是我的聯絡方式，找到後請通知我。

Đây là cách liên lạc với tôi, nếu tìm thấy xin thông báo cho tôi.
代辣軋連辣偉堆，牛定台新通報遮堆

單字一點通 TỪ MỚI-DỄ HỌC DỄ NHỚ 度每－子賀子呢

中文	越南語	中文拼音
數位照相機	Máy chụp hình kỹ thuật số	埋住哼幾拓熟
車號	Số hiệu xe	熟號撒
失物招領處	Nơi nhận đồ thất lạc	內嫩度陀辣
失竊證明書	Giấy chứng nhận mất cắp	賊證嫩麼軋
聯絡	Liên lạc	連辣

越南人愛戴綠帽？

　　有沒有搞錯啊？怎麼會有人喜歡戴綠帽子咧？原來越南是農業國家，斗笠對他們而言是經常要使用的物品！而越南人最愛綠色的笠帽了，他們覺得這是光榮的表徵。另外跟我們不同的還有，越南是母系社會，因此女性的地位比男人高，台灣是娶老婆，在越南可是娶老公喔！

　　越南的生活水準並不高，衛生環境也不佳，到越南旅遊要特別注意衛生問題。你還會發現越南的路上，隨處可見腳踏車和機車的蹤影，那是他們主要的交通工具，其車潮蜂湧的陣仗，可會令人怕怕。

六

溝通篇

TRAO ĐỔI
(NÓI CHUYỆN)

招兌（挪券）

1 自我介紹
TỰ GIỚI THIỆU
杜則跳

請問貴姓大名？

Xin vui lòng cho biết quý danh?
新威楞遮別貴鑽

我是李明。

Tôi là Lý Minh.
堆辣李明

你是哪裡人？

Ông là người ở đâu?
翁辣位噁都

我是台灣人。

Tôi là người Đài Loan.
堆辣位帶鸞

這是我的名片，請多指教。

Đây là danh thiếp của tôi, xin ông quan tâm giúp đỡ.
代辣鑽帖果堆，新翁關登足得

很高興認識你。

Rất hân hạnh được gặp Ông.
熱恨漢的尬翁

這是我朋友張瑪麗。

Đây là cô Trương Mã Lệ bạn tôi.
代辣姑庄瑪麗伴堆

張瑪麗是越南華僑。

Trương Mã Lệ là người Việt gốc Hoa.
庄瑪麗辣位越谷華

鄭先生是哪國人？

Ông Trịnh là người nước nào?
翁竟辣位挪鬧

他是韓國人。

Ông ấy là người Hàn quốc.
翁為辣位韓國

你是第幾次來越南？

Ông đến Việt Nam mấy lần rồi?
翁點越南梅楞瑞

我是第一次來越南。

Tôi mới đến Việt Nam lần đầu.
堆梅點越南楞豆

你做什麼工作？

Ông làm nghề gì?
翁爛藝記

我是公司職員。

Tôi là nhân viên văn phòng.
堆辣嫩鴛灣放

你住在哪兒？

Ông sống ở đâu?
翁悚噁都

我住在親戚家裡。

Tôi ở nhà người bà con.
堆噁那位霸關

我住在飯店。

Tôi ở khách sạn.
堆噁卡善

你今年幾歲了？

Anh năm nay bao nhiêu tuổi?
安難耐包妞對

我今年三十歲。

Năm nay tôi ba mươi tuổi.
難耐堆八妹對

你結婚了嗎？

Anh đã lập gia đình (=có vợ) chưa ?
安打樂匹定（＝格握）遮

我還沒有結婚。

Tôi chưa lập gia đình (=có vợ).
堆遮樂匹定（＝格握）

我去年結婚了。

Tôi lập gia đình (=lấy vợ) năm ngoái .
堆樂匹定（＝雷握）難舀

你有幾個小孩？

Anh có mấy cháu (=con)?
安格梅朝（＝關）

我有一個女兒，已經念小學了。

Tôi có một con gái đã đi học tiểu học rồi.
堆格莫關改打低賀吊賀瑞

 跟著MP3多聽多學，學習效果超強！

單字一點通 TỪ MỚI-DỄ HỌC DỄ NHỚ 度每－子賀子呢

中文	越南語	中文拼音
韓國	Hàn Quốc	韓國
公司職員	Nhân viên văn phòng	嫩駕灣放
親戚	Bà con (Họ hàng)	霸跟（獲沆）
三十歲	Ba mươi tuổi	八妹對
結婚	Lập gia đình (Kết hôn)	樂匝定（結婚）
小孩	Con (Cháu)	關（朝）
女兒	Con gái	關改
兒子	Con trai	關摘
小學	Tiểu học (Cấp một)	吊賀（格莫）

●禮貌用語  41

CÁCH NÓI LỊCH SỰ
格挪力士

中文	越南語	中文拼音
早安	Xin chào (Chào buổi sáng)	新照（照跛嗓）
午安	Xin chào (Chào buổi trưa)	新照（照跛遮）
晚安	Chúc ngủ ngon	祝午灣
再見	Tạm biệt	但別
明天見	Ngày mai gặp	外埋梘
您好	Chào ông (Chào bà)	照翁（照霸）
大家好	Xin chào mọi người (Chào cả nhà)	新照妹位（照嘎那）
請	Mời (Xin mời, làm ơn)	妹（新妹，爛恩）
謝謝	Cám ơn	感恩

中文	越南語	中文拼音
對不起	Xin lỗi	新壘
不好意思	Xin lỗi (Ngại quá, phiền quá)	新壘（外寨，片寨）
沒關係	Không có chi (Không sao)	空格機（空稍）
還好	Cũng tạm (Cũng được)	羣但（羣的）
哪裡	Không dám	空咱
拜託你了	Xin ông(bà) làm ơn	新翁（霸）爛恩
要緊嗎	Có sao không (Có hề chi không)	格稍空（格賀機空）
不要緊	Không sao cả (Không hề chi, không vấn đề)	空稍尬（空賀機，空問地）
請問	Xin hỏi (Làm ơn cho hỏi)	新毀（爛恩遮毀）
請慢用	Mời dùng	妹縱

中文	越南語	中文拼音
請慢走	Đi đường cẩn thận	低瞪艮騰
請稍候	Xin đợi một lát	新對莫剌

黑婆山廟會與中秋節

　　廟會的由來是因為從前有一位官吏的女兒名叫亞應，不願嫁給另一個官吏的兒子為妻，她信奉佛教，跑到黑婆山去修行，終老一生，後來被稱為聖地。之後春節的時候，大家就會一起到此地舉行黑婆山廟會，希望能獲得福報與財富。

　　而說到中秋節，我們有嫦娥奔月的故事，越南也有屬於他們的傳說，有一個名叫阿貴的人，因為沒有聽從仙人指示，居然用髒水澆仙樹，於是就被罰跟著仙樹一起到月宮去了。而我們是元宵提燈，越南人是中秋節點燈喔！也是傳說古時有鯉魚精畫伏夜出，害人不淺，但是牠害怕明亮的火光，所以大家掛起燦爛的燈火驅邪，如今看來還別有一番趣味。

2　寒暄的話

NÓI CHUYỆN XÃ GIAO (HÀN HUYÊN)

挪券灑遭（寒暄）

今天天氣怎麼樣？

Thời tiết hôm nay thế nào?

特跌昏耐鐵鬧

氣象報告怎麼說？

Dự báo thời tiết nói thế nào?

自報特跌挪鐵鬧

今天氣溫幾度？

Nhiệt độ hôm nay là bao nhiêu?

聶度昏耐辣包妞

今天天氣很好。

Hôm nay trời(=thời tiết) rất đẹp.

昏耐這（＝特跌）熱典

今天會很熱。

Hôm nay sẽ rất nóng.

昏耐捨熱能

今天可能會下雨。

Hôm nay có thể sẽ mưa.

昏耐格鐵捨摸

已經進入雨季了。

Đã vào mùa mưa rồi.

打要莫摸瑞

出門記得要帶傘。

Đi ra ngoài nhớ mang theo cây dù(=ô).
低匝外呢忙挑該租（＝屋）

外面風好大。

Bên ngoài gió to lắm.
邊外則多藍

外頭打雷了。

Ngoài trời có sấm rồi.
外這格審瑞

最近天氣好熱。

Gần đây trời(=thời tiết) rất nóng.
互代這（＝特跌）熱能

聽說最近有颱風來。

Nghe nói sắp tới sẽ có bão.
耶挪啥得捨格暴

 超簡單的內容，越南文很Easy，學習好Happy！

單字一點通 TỪ MỚI-DỄ HỌC DỄ NHỚ 度每－子賀子呢

中文	越南語	中文拼音
天氣	Thời tiết (Trời)	特跌（這）
氣象報告	Dự báo thời tiết	自報特跌
氣溫	Nhiệt độ	聶度
下雨	Mưa	摸
雨季	Mùa mưa	莫摸
乾季	Mùa khô	莫枯
涼季	Mùa khí hậu mát	莫殼後麻
傘	Dù (Ô)	租（屋）
打雷	Sấm	審

中文	越南語	中文拼音
炎熱	Nóng nực (Oi bức)	能呢（威伯）
寒冷	Lạnh (Rét)	浪（惹）
溫度回升	Nhiệt độ lại tăng cao	聶度賴當高
溫度降低	Nhiệt độ hạ thấp	聶度哈陀
颱風	Bão	暴
下雪	Tuyết rơi	跌瑞
彩虹	Cầu vồng	夠翁
太陽	Mặt trời	罵這
月亮	Mặt trăng	罵張
星星	Sao	稍

3 聊天
NÓI CHUYỆN PHIẾM
挪券片

你最近工作忙嗎？

Gần đây công việc có bận không?
互代工月格笨空

快過年了，很忙。

Gần đến Tết rồi, bận lắm.
互點跌瑞，笨藍

你爸爸的身體怎樣？

Sức khoẻ của Ba anh (=Bố anh) thế nào?
時傀果爸安（＝跛安）鐵鬧

他還好，謝謝你的關心。

Cám ơn anh đã quan tâm, Ba tôi (=Bố tôi) vẫn khoẻ.
感恩安打關登，爸堆（＝跛堆）穩傀

最近生意好嗎？

Gần đây làm ăn tốt chứ?
互代爛安奪直

還不錯，都是你的關照。

Cũng tạm ổn, cũng nhờ vào sự quan tâm giúp đỡ của anh đấy.
翆但穩，翆呢要事關登足得果安歹

你去上班都怎麼去？

Anh đi làm bằng phương tiện gì?
安低爛棒方店鬧

我騎自行車上班。

Tôi đi làm bằng xe đạp.
堆低爛棒撒達

我騎摩托車上班。

Tôi đi làm bằng xe honđa (=xe máy) .
堆低爛棒撒昏搭（＝撒埋）

我開車上班。

Tôi lái xe hơi đi làm (Tôi đi làm bằng xe Ôtô) .
堆來撒黑低爛（堆低爛棒撒窩多）

我坐公車上班。

Tôi đi làm bằng xe buýt.
堆低爛棒撒步一

我走路上班。

Tôi đi bộ tới chỗ làm.
堆低步得主爛

單字一點通 TỪ MỚI-DỄ HỌC DỄ NHỚ 度每－子賀子呢

中文	越南語	中文拼音
工作	Công việc (Làm việc)	工月（爛月）
加班	Tăng ca (Làm thêm giờ)	當嘎（爛添仄）
工廠	Nhà máy (Công xưởng)	那埋（工爽）
過年	Tết	跌
生意	Làm ăn (Buôn bán)	爛安（奔辦）
上班	Đi làm	低爛
自行車	Xe đạp	撒達

 配合MP3活學活用，發揮強大的學習效果！

七

商務篇

THƯƠNG MẠI

騰賣

44

1 接機
RA PHI TRƯỜNG ĐÓN KHÁCH
匝批帳盹卡

歡迎你來越南。

Hoan nghênh ông đến Việt Nam.
歡迎翁點越南

> | 備註 | 越文日常生活使用稱呼代詞，要以具體情況及對方的年齡來稱呼如：先生、爺爺(Ông)；小姐、奶奶(Bà)；小姐(Co)；伯伯(Bác)；姑姑(Cô)；叔叔(Chú)；阿姨(Dì)；哥哥(Anh)；姊姊(Chị)；妹妹(Em)；小孩子(Cháu)；在談生意或比較正式的情況下，通常用先生(Ông)；小姐(Bà)。 |
> | --- | --- |

旅途還順利嗎？

Trên đường đi có thuận lợi không (Chuyến đi có thuận lợi không) ?
真瞪低格褪類空（賺低格褪類空）

請問你是太陽貿易公司的人嗎？

Xin hỏi ông có phải là người của Công ty thương mại Thái Dương không?
新毀翁格緋辣位果公低騰賣台宗空

我是台灣東方貿易公司的代表。

Tôi là đại diện của công ty thương mại Đông Phương Đài Loan.
堆辣代讚果公低騰賣東方帶鸞

你是搭乘哪一家公司的飛機？

Ông đáp chuyến bay của hãng nào?
翁搭賺掰果沆鬧

我搭太平洋航空公司的飛機。

Tôi đáp chuyến bay của hãng hàng không
Pacific.
堆搭賺掰果沆航空巴西肥

你要接機的人是我，我是李明。

Người cô ra đón là tôi, tôi là Lý Minh.
位姑匜盹辣堆，堆辣李明

對不起，讓你久等了。

Xin lỗi, để ông đợi lâu quá.
新壘，底翁對搜寡

你好，我是張瑪麗。

Chào ông, tôi là Trương Mã Lệ.
照翁，堆辣庄瑪麗

我來介紹一下，這位是李明。

Tôi xin giới thiệu một chút, đây là Lý Minh.
堆新則跳莫逐，代辣李明

很高興認識你。

Rất vui được biết cô (Rất hân hạnh được biết cô).
熱威的別姑（熱恨漢的別姑）

這是我的名片。

Đây là danh thiếp của tôi.
代辣鑽帖果堆

可以給我一張你的名片嗎？

Có thể cho tôi một tấm danh thiếp của ông được không?
格鐵遮堆莫頓鑽帖果翁的空

請多多指教。

Mong được quan tâm giúp đỡ.
夢的關登足得

對不起，我的越南語說的不好。

Xin lỗi, tôi nói tiếng Việt không được tốt lắm (Xin lỗi, tiếng Việt của tôi không được tốt lắm).
新壘，堆挪頂越空得奪藍（新壘，頂越果堆空的奪藍）

你會不會說中文？

Cô có biết nói tiếng Trung (=tiếng Hoa) không?
姑格別挪頂中（＝頂華）空

你會不會說英文？

Cô có biết nói tiếng Anh không?
姑格別揶頂安空

請幫我找一位導遊。

Làm ơn tìm giúp tôi một hướng dẫn viên du
lịch.
爛恩定足堆莫哼怎駕租力

我們什麼時候碰面呢？

Khi nào chúng ta có thể gặp mặt?
科鬧眾搭格鐵尬罵

約明天下午好了。

Vậy hẹn chiều mai đi.
為恨叫埋低

請上車，我們回飯店。

Mời lên xe, chúng ta về khách sạn.
妹楞撒，眾搭業卡善

我想和你討論行程的安排。

Tôi muốn bàn với ông về việc sắp xếp lịch
trình.
堆門辦偉翁業月啥協力竟

晚上請派人來接我。

Buổi tối làm ơn cho người đến đón tôi.
跛對爛恩遮位點盹堆

你住在哪家飯店？

Ông ở khách sạn nào?
翁噁卡善鬧

我住在西貢飯店。

Tôi ở khách sạn Sài Gòn.
堆噁卡善賽棍

你預計在胡志明市停留多久？

Ông dự định ở thành phố Hồ Chí Minh(=Sài Gòn) bao lâu?
翁自定噁探佛獲級命（＝賽棍）包摟

我會待十天左右。

Tôi sẽ lưu lại khoảng mười ngày.
堆捨溜賴況妹愛

感謝你的熱情招待。

Cám ơn cô nhiệt tình tiếp đãi.
感恩姑聶定跌待

單字一點通 TỪ MỚI-DỄ HỌC DỄ NHỚ 度每－子賀子呢

中文	越南語	中文拼音
太平洋航空	Hãng hàng không Parcific	沆航空巴西肥
接機	Ra phi trường đón khách (Ra sân bay đón khách)	匝批帳盹卡（匝森掰盹卡）
送行	Tiễn	點
貿易公司	Công ty thương mại	公低騰賣
名片	Danh thiếp	鑽帖
導遊	Hướng dẫn viên du lịch	哼怎駕租力
翻譯人員	Phiên dịch viên	偏字駕
行程安排	Sắp xếp lịch trình	啥協力竟
招待	Tiếp đãi (Đón tiếp)	跌待（盹跌）

45

2 談生意
BÀN BẠC CÔNG VIỆC
(BÀN CHUYỆN LÀM ĂN)
辦罷工月（辦券爛安）

你們公司主要生產什麼產品？

Sản phẩm chính của công ty các ông là gì?
閃粉竟果公低軋翁辣記

我們外銷服裝。

Chúng tôi xuất khẩu hàng may mặc.
眾堆鎖口沆埋罵

什麼產品比較受歡迎？

Sản phẩm nào tương đối thịnh hành?
閃粉鬧登對挺汗

針對青少年設計的襯衫，在市場上反應很好。

Áo sơ mi thiết kế riêng cho đối tượng thanh niên, phản ứng của thị trường rất tốt.
熬賒眯鐵葛扔遮對瞪探年，反翁果替場熱奪

這款休閒服有五種顏色。

Loại trang phục thể thao này có năm màu.
賴裝服體掏耐格南冒

有沒有型錄或樣品？

Có catalô hoặc hàng mẫu không?
格嘎搭錄化沆某空

218

這是型錄請看一下。

Đây là catalô mời quý vị xem.
代辣嘎搭錄妹貴位仙

你們主要想買哪些貨？

Các ông chủ yếu muốn mua những loại hàng nào?
軋翁主要門摸能賴沆鬧

每年的需要量大概要多少？

Nhu cầu một năm cần khoảng bao nhiêu chiếc?
怒購莫南互況包妞節

這次你們要訂購多少？

Lần này các ông muốn đặt mua bao nhiêu?
楞耐軋翁門大摸包妞

如果價格合理，可以多買一些。

Nếu giá cả hợp lý, có thể mua nhiều hơn một chút.
牛雜尬合理，格鐵摸扭恨莫逐

什麼時候可以交貨？

Khi nào có thể giao hàng?
科鬧格鐵遭沆

我們會如期交貨。

Chúng tôi sẽ giao hàng đúng thời hạn.
眾堆捨遭沆懂特漢

你們的報價還算合理。

Báo giá của các ông cũng có vẻ hợp lý.
雹雜果軋翁羣格也合理

我覺得這個價格太高。

Tôi thấy giá này quá cao.
堆台雜耐寡高

價格可以再降低嗎？

Giá có thể thấp hơn nữa được không?
雜格鐵陀恨挪的空

我要回去請示老闆。

Tôi phải về xin ý kiến của xếp đã.
堆緋業新意見果協打

拋繡球搶好運

　　越南有個傳統的活動那就是拋繡球，由來已久，不過可不像我們古代那樣拋繡球是為了尋找夫婿，越南的拋繡球是在廣大的草坪上立起一根竹竿，其上有一個以竹編製而成的圈圈，兩組人員（參加者多為女子）輪流拋繡球，先把球拋過圈圈的組別就是獲勝者。

　　他們的繡球是用布紮成球狀，裡頭塞入棉花或稻草，其外則是顏色絢麗的布條。參加此活動的女子多半以此來推估未來一年的運勢，若是優勝的人則認為會為自己帶來好運。而因為參加與旁觀的人數眾多，年輕人總是藉此機會認識新朋友。

單字一點通 TỪ MỚI-DỄ HỌC DỄ NHỚ 度每－子賀子呢

中文	越南語	中文拼音
外銷	Xuất khẩu	鎖口
服裝	Hàng may mặc (Quần áo)	沆埋罵（棍熬）
產品	Sản phẩm (Hàng hóa)	閃粉（沆華）
襯衫	Áo sơ-mi	熬賒瞇
休閒服	Quần áo thể thao	棍熬體掏
型錄	Catalô (Mục lục)	嘎搭錄（目錄）
樣品	Hàng mẫu	沆某
訂購	Đặt mua (Đặt hàng)	大摸（大沆）
交貨	Giao hàng	遭沆
報價	Báo giá	雹雜

46

3 簽約
KÝ HỢP ĐỒNG
級賀

我是台灣公司的代表李明。

Tôi là Lý Minh đại diện công ty Đài Loan.
堆辣李明代讚公低帶鸞

請你詳細解說這個案子。

Xin giới thiệu cụ thể về phương án này.
新則跳固體業方案耐

這是我們公司的資料。

Đây là tài liệu của công ty chúng tôi.
代辣帶料果公低眾堆

我把合約帶來了。

Tôi có đem theo hợp đồng đến.
堆格顛挑賀 點

你對合約有沒有問題？

Ông có ý kiến gì về hợp đồng không?
翁格意見記業賀 空

我已經看過合約了，但是有一些問題。

Tôi đã xem qua hợp đồng rồi, nhưng có một số vấn đề.
堆打仙刮賀動瑞，能格莫數問地

我對這個地方不太了解。

Về điểm này tôi không được rõ lắm.
業點耐堆空的若藍

不知有什麼問題？

Không biết có vấn đề gì?
空別格問地記

我認為這裡不恰當。

Tôi cho rằng chỗ này không hợp lý.
堆遮讓主耐空合理

現在可以正式簽約了嗎？

Bây giờ có thể chính thức ký hợp đồng được chưa?
背仄格鐵竟特級賀 的遮

我必須向台北的老闆報告。

Tôi phải báo cáo với sếp ở Đài Bắc đã.
堆緋報告偉協噁帶拔打

公司計畫在越南設分公司。

Công ty dự định thành lập chi nhánh tại Việt Nam.
公低自訂探樂機難代越南

要在越南找合作夥伴。

Muốn tìm đối tác tại Việt Nam.
門定對答在越南

什麼時候可以給我答覆？

Khi nào có thể trả lời tôi?
科鬧格鐵眨類堆

我會盡快回覆你。

Tôi sẽ cố gắng trả lời anh trong thời gian nhanh
nhất.
堆捨故幹眨類安裝特鑽因呢

可以參觀貴公司嗎？

Có thể đến tham quan Quý Công ty được
không?
格鐵點攤觀貴公低的空

請你幫我翻譯這個。

Làm ơn dịch giúp tôi cái này.
爛恩字足堆蓋耐

我要重新考慮。

Tôi phải xem xét lại đã.
堆緋仙啥賴打

單字一點通 TỪ MỚI-DỄ HỌC DỄ NHỚ 度每－子賀子呢

中文	越南語	中文拼音
合約	Hợp đồng	賀
簽約	Ký hợp đồng	級賀
台北	Đài Bắc	帶拔
上司	Sếp (Cấp trên)	協（格真）
問題	Vấn đề	問地
分公司	Chi nhánh công ty	機難公低
合作	Hợp tác	賀達
考慮	Xem xét (Suy nghĩ)	仙啥（雖椅）
銀行貸款	Khoản vay ngân hàng	款歪溫沆

我找李明經理。

Tôi tìm giám đốc Lý Minh.
堆定咱讀李明

真不巧，他剛才去吃飯了。

Thật không may, ông ấy vừa đi ăn cơm rồi.
特空埋，翁為握低安跟瑞

我和李明經理有約。

Tôi có hẹn với giám đốc Lý Minh.
堆格恨偉咱讀李明

你有預約嗎？

Anh có hẹn trước không?
安格恨折空

我昨天有打過電話。

Hôm qua tôi có gọi điện thoại đến.
昏刮堆格貴店太點

請跟我來。

Xin đi theo tôi.
新低挑堆

請在這裡先等一下。

Xin đợi ở đây một chút.
新對嗯代莫逐

李經理剛好出去了。

Giám đốc Lý vừa đi ra ngoài rồi.
咱讀李握低匜外瑞

我把名片先留下來，我會再跟他電話聯絡。

Tôi để lại danh thiếp, tôi sẽ gọi điện thoại liên
lạc với ông ấy sau.
堆抵賴鑽帖，堆捨貴店太連辣偉翁為稍

我們公司想和貴公司合作。

Công ty chúng tôi muốn hợp tác với Quý Công
ty.
公低眾堆門賀達偉貴公低

我們公司想到越南投資。

Công ty chúng tôi muốn đến Việt Nam đầu tư.
公低眾堆門點越南豆

我們很欣賞貴公司的產品。

Chúng tôi rất thích sản phẩm của Quý Công ty.
眾堆熱提閃粉果貴公低

我在尋找合作的伙伴。

Chúng tôi đang tìm đối tác.
眾堆當定對答

這個計畫你考慮看看。

Ông xem xét thử kế hoạch này xem sao.
翁先啥土葛化耐仙稍

明天再來拜訪。

Ngày mai lại đến gặp.
愛埋賴點枱

以後再來拜訪。

Sau này đến gặp sau.
稍耐點枱稍

河內有三粉

　　到越南要品嚐的美食實在太多，這裡介紹河內的三種美味料理，有機會就一定要試試喔！第一個是雞粉，裡頭當然包括雞絲，還有肉絲、蔥絲、蛋絲、香菜絲、木耳絲等，再擠入酸酸甜甜的檸檬汁，口感可是妙得很！再來是一定使用黃牛肉的牛肉粉，小小的黃牛肉塊添加特殊材料經過熬煮後，又有美味十足的牛肉湯頭，加上獨門調味料，那味道真是令人回味再三。還有螺螄粉亦是有名的一道美食，新鮮螺螄加上晶瑩爽口的細粉，辣椒一放，那香味可不是一般美食可比！雖然價錢不算便宜，但僅此一次也是非常值得的。

　　在河內的街頭不難找到這幾樣小吃，只要發現了大快朵頤一番吧！出國旅遊不就包括了大飽口福嗎？別錯過了才大嘆可惜喔！

單字一點通 TỪ MỚI-DỄ HỌC DỄ NHỚ 度每－子賀子呢

中文	越南語	中文拼音
老闆	Sếp (Lãnh đạo, cấp trên)	協（朗導，格真）
經理	Giám đốc	咱讀
主任	Chủ nhiệm	住念
秘書	Thư ký	禿記
總機	Tổng đài	懂帶
會客室	Phòng khách	放卡
預約	Hẹn trước	恨折
吃飯	Ăn cơm	安跟
投資	Đầu tư	豆嘟
計畫	Kế hoạch	葛化
拜訪	Đến gặp (Thăm)	點尬（探）

八

住宿篇

Ở TRỌ

噁這

1 訂房間
ĐẶT PHÒNG
大放

有雙人房嗎？

Có phòng đôi không?
格放堆空

你們今晚有空房嗎？

Tối nay chỗ các anh có còn phòng trống không?
對耐主軋安慣格放重空

可以馬上住進去嗎？

Có vào ở ngay được không?
格要嗯唉的空

我要辦理住宿登記。

Tôi muốn làm thủ tục check-in (Tôi muốn làm thủ tục đăng ký thuê phòng).
堆門爛土度節印（堆門爛土度登記推放）

請問您貴姓大名？

Xin vui lòng cho biết quý danh?
新威楞遮別貴鑽

我是張瑪麗。

Tôi là Trương Mã Lệ.
堆辣庄瑪麗

住宿費要多少？

Tiền phòng hết bao nhiêu?
店放和包妞

不含稅住一個晚上是五十美金。

Giá một tối là năm mươi Đô chưa có thuế.
雜莫對辣南妹度遮格頹

這個費用有附早餐嗎？

Giá này có bao gồm ăn sáng không?
雜耐格包棍安嗓空

有沒有便宜點的房間？

Có phòng rẻ hơn một chút không?
格放惹恨莫逐空

我要有浴室的房間。

Tôi muốn phòng có nhà tắm.
堆門放格那膽

我要風景比較好的房間。

Tôi muốn phòng có phong cảnh đẹp một chút.
堆門放格風感典莫逐

從你的房間可以看到海灘的風景。

Từ phòng của ông có thể nhìn thấy phong cảnh
bãi biển.
度放果翁格鐵潯台風感百扁

我要安靜點的房間。

Tôi muốn căn phòng yên tĩnh một chút.
堆門乾放煙頂莫逐

真抱歉，都客滿了。

Xin lỗi, khách kín cả rồi (Xin lỗi, hết phòng
rồi).
新壘，卡緊軋瑞（新壘，和放瑞）

這是您的鑰匙。

Đây là chìa khóa của Ông.
代辣界誇果翁

請填一下住宿登記表。

Làm ơn điền giấy đăng ký phòng ở.
爛恩墊賊登記放噁

要在哪裡簽名？

Phải ký tên ở chỗ nào?
緋綺顛噁主鬧

我要住大約六個晚上。

Tôi muốn ở khoảng sáu tối.
堆門嗯況勺對

我預訂一間雙人房。

Tôi có đặt trước một phòng đôi.
堆格大折莫放堆

我什麼時候可以住進來？

Khi nào chúng tôi có thể nhận phòng?
科鬧眾堆格鐵嫩放

有沒有附設早餐？

Có kèm ăn sáng không?
格互安嗓空

早上幾點吃早餐？

Mấy giờ thì ăn sáng?
梅仄替安嗓

餐廳在哪裡？

Nhà hàng ở đâu?
那沆嗯都

您若需要客房服務，可以打電話給櫃檯。

Nếu ông cần kêu phục vụ phòng, có thể gọi
điện xuống lễ tân.
牛翁互糾服務放，格鐵貴電瀡禮登

請問櫃檯總機的電話是幾號？

Xin hỏi điện thoại tổng đài của lễ tân số mấy?
新毀電太懂帶果禮登熟埋

客房服務是不是二十四小時都有？

Phục vụ phòng cả ngày hai mươi tư giờ đều có phải không?
服務放枕愛嗨妹嘟仄調格緋空

你需要有人幫你拿行李嗎？

Ông có cần người xách giùm hành lý không?
翁格互位啥組漢離空

請叫服務生來幫我拿行李。

Làm ơn kêu nhân viên phục vụ đến xách hành lý giùm tôi.
爛恩糾嫩鴛服務點啥漢離組堆

請幫我找個行李車好嗎？

Làm ơn tìm giúp tôi một chiếc xe đẩy hành lý được không?
爛恩定組堆莫節撒歹漢離的空

請問306號房在哪裡？

Xin hỏi phòng ba lẻ sáu ở đâu?
新毀放八倆勺噁都

請跟我來，往這邊走。

Làm ơn đi theo tôi theo hướng này.
爛恩低挑堆挑哼耐

緊急出口在哪裡？

Lối thoát hiểm ở đâu?
雷脫罕嗯都

抱歉，沒有你的訂房記錄。

Xin lỗi, không có đăng ký đặt phòng của ông.
新壘，空格當記大放果翁

請再查一次，我確實有預約。

Làm ơn kiểm tra lại một lần nữa, rõ ràng tôi có đặt trước.
爛恩檢渣賴莫楞挪，若讓堆格大折

魚露

談到越南菜，有一樣東西可說是越南菜的精髓所在，那就是核心配料—魚露。對初次嘗試越南魚露的觀光客可能覺得又腥又臭，但對當地越南人來說，魚露有如人間美味。

魚露的製作過程並不難，過去魚露是當地人每家每戶必備的自製聖品，現在則多由工廠生產。簡單來說，魚露的作法是將新鮮的魚醃製在封閉的木桶中，然後再將魚發酵後流出的汁液過濾精製，就能得到精純的魚露。通常當地人會將精製的魚露搭配辣椒、醋、檸檬等佐料調配，如此真正的魚露才算大功告成。

越南人認為魚露對女性身體具有相當的療養功效，經常食用可以永保青春窈窕，所以魚露也是越南女性的美容秘方呢！

單字一點通 TỪ MỚI-DỄ HỌC DỄ NHỚ 度每－子賀子呢

中文	越南語	中文拼音
五星級飯店	Khách sạn năm sao	卡善難稍
四星級飯店	Khách sạn bốn sao	卡善本稍
賓館	Nhà khách (Nhà nghỉ)	那卡（那椅）
青年旅館	Khách sạn Thanh niên	卡善探年
度假別墅	Biệt thự nghỉ mát	別兔椅麻
小木屋	Nhà sàn	那閃
單人房	Phòng đơn (Phòng một người)	放單（放莫位）
雙人房	Phòng đôi (Phòng hai người)	放對（放嗨位）
套房	Phòng căn hộ	放乾戶
櫃台	Lễ tân (Quầy lễ tân)	禮登（櫃禮登）

中文	越南語	中文拼音
訂房	Đặt phòng	大放
浴室	Phòng tắm	放膽
冰塊	Đá	達
衛生紙	Giấy vệ sinh	賊衛生
毛巾	Khăn mặt (Khăn bông)	刊罵（刊崩）
牙刷	Bàn chải đánh răng	辦窄膽嚷
牙膏	Thuốc đánh răng (Kem đánh răng)	陀膽嚷（跟膽嚷）
肥皂	Xà bông thơm	薩崩吞
洗髮精	Dầu gội đầu	奏貴豆
潤絲精	Dầu xả	奏灑

中文	越南語	中文拼音
身體乳液	Kem dưỡng da toàn thân	跟葬匝斷吞
衣架	Mắc áo	麻熬
電視機	Ti vi (Vô tuyến)	低威（屋斷）
電話	Điện thoại	電太
電燈	Đèn điện	電電
電冰箱	Tủ lạnh	賭浪
空調冷氣	Máy lạnh (Máy điều hòa nhiệt độ)	埋浪（埋調化聶度）
吹風機	Máy sấy tóc	埋誰奪
熱水器	Máy nước nóng (Bình nóng lạnh)	埋挪能（並能浪）
電梯	Thang máy	湯埋

中文	越南語	中文拼音
接待	Đón tiếp (Tiếp đãi)	盹跌（跌待）
登記入住	Đăng ký nhận phòng	當記嫩放
填表	Điền biểu	墊表
接待員	Nhân viên tiếp đãi (Lễ tân)	嫩鴛跌待（禮登）
男服務員	Nhân viên phục vụ nam	嫩鴛服務男
女服務員	Nhân viên phục vụ nữ	人員服務女
接線生	Nhân viên trực điện thoại	嫩鴛值店太
清潔打掃	Lau chùi quét dọn	撈墜格譖
請勿打擾	Xin đừng làm phiền	新瞪爛片
衣服送洗	Gửi đồ giặt (Gửi quần áo đi giặt)	給度讚（給棍熬低讚）

在飯店
TẠI KHÁCH SẠN
代卡善

明天早上七點請叫我起床。

Làm ơn đánh thức tôi lúc bãy giờ sáng ngày mai.
爛恩膽陀堆盧北仄嗓愛埋

我房間的冷氣好像壞了。

Hình như máy lạnh phòng tôi bị hư (=hỏng) rồi.
哼呢埋浪放堆必呼（＝哄）瑞

我的鑰匙被鎖在房間裡。

Chìa khóa của tôi bị khóa ở trong phòng mất rồi.
界垮果堆必垮噁裝放麼瑞

可以幫我換房間嗎？

Có thể đổi phòng giúp tôi được không?
格鐵兌放足堆的空

你們有沒有寄物箱？

Các anh có tủ gửi đồ không?
軋安格賭給度空

有沒有保管貴重物品的服務？

Có dịch vụ giữ đồ quý hiếm(=đồ đắt tiền) không?
格自務子度貴罕（＝度達店）空

請幫我保管這些行李。

Làm ơn bảo quản giúp tôi số hành lý này.
爛恩保管足堆熟漢離耐

有洗衣服務嗎？

Có dịch vụ giặt quần áo không?
格自務讚棍熬空

這件套裝要燙。

Bộ đồ này cần ủi (=là).
播度耐互偉（＝辣）

附近哪裡有自助洗衣店？

Gần đây có tiệm giặt đồ tự phục vụ không?
互代格店讚度杜服務空

我的衣服要送洗。

Tôi muốn gửi đồ giặt (Tôi muốn gửi giặt quần áo).
堆門給度讚（堆門給讚棍熬）

什麼時候可以洗好？

Khi nào có thể giặt xong?
科鬧格鐵讚雙

單字一點通 TỪ MỚI-DỄ HỌC DỄ NHỚ 度每－子賀子呢

中文	越南語	中文拼音
洗衣服	Giặt quần áo (Giặt đồ)	讚棍熬（讚度）
乾洗	Giặt khô	讚枯
熨燙	Ủi (Là)	偉（辣）
寄物箱	Tủ gửi đồ	賭給度
貴重物品	Đồ quý hiếm (Đồ đắt tiền)	度貴罕（度達店）
鑰匙	Chìa khóa	界垮
廁所	Nhà vệ sinh (Toalét)	那衛生（多壘）
游泳池	Bể bơi	瘤背
健身房	Phòng tập thể dục	放的體租
咖啡廳	Quán càphê	館烚非
餐廳	Nhà hàng (Tiệm ăn, quán ăn)	呢沆（店安，館安）
三溫暖	Sauna	稍那

3 退房
TRẢ PHÒNG
昄放

什麼時候必須退房？

Khi nào phải trả phòng?
科鬧緋昄放

我想多停留兩天。

Tôi muốn ở thêm hai ngày.
堆門噁添嗨愛

我想多住一個晚上。

Tôi muốn ở thêm một tối.
堆門噁添莫對

我想要提早一天走。

Tôi muốn trả phòng trước một hôm (Tôi muốn đi sớm một hôm).
堆門昄放折莫昏（堆門低筍莫昏）

我要結帳退房。

Tôi muốn trả phòng và thanh toán.
堆門昄放法探斷

我來拿寄放的東西。

Tôi đến lấy lại đồ gửi.
堆點雷賴度給

245

你有取用冰箱裡的東西嗎？

Ông có dùng gì trong tủ lạnh không?
翁格縱記裝賭浪空

我有喝啤酒。

Tôi có uống bia.
堆格翁憋

請幫我叫到機場的計程車。

Làm ơn kêu giùm tôi xe Taxi đi phi trường (=sân bay).
爛恩糾組堆撒搭西低批帳（＝森掰）

特產血拼天堂

　　越南的特產除了鴨仔蛋、魚露、胡志明鞋、笠帽與越南國服—長衫，還有享譽盛名的漆器，以及鑲滿了貝殼的飾品，因為在越南的芽莊，盛產各式各樣美麗的貝殼，無論是經過雕飾過的貝殼飾物，還是自然成形的貝殼，都能讓遊客愛不釋手。

　　越南還是傳統手工藝品的購物天堂，越南少數民族編織的布匹色彩斑斕，令人眼花撩亂，而多樣的石雕、木雕、蜜臘、琥珀、珊瑚，以及玳瑁和象牙製品，也是許多觀光客最喜愛的紀念品。不過，要提醒你的是，玳瑁、象牙等飾品會遭台灣海關查禁，不管再怎麼喜歡，為了保護這些動物，還是讓它們留在越南吧。

單字一點通 TỪ MỚI-DỄ HỌC DỄ NHỚ 度每－子賀子呢

中文	越南語	中文拼音
退房	Trả phòng	眨放
結帳	Thanh toán (Tính tiền)	探斷（頂店）
停留	Ở (Lưu lại)	噁（溜賴）
提早	Trước (Sớm, sớm hơn)	折（筍，筍恨）
機場	Phi trường (Sân bay)	批帳(森掰)

越南的芭達雅—頭頓

　　三面被海環抱的頭頓，亦是著名的避暑海灘區，有越南芭達雅之稱，長長的海灘分為前灘、中灘和後灘，前灘有許多可愛小店；中灘有著椰樹羅列的自然景緻；後灘則是可以享受海邊風光、親近大海的好地方，想要大啖海鮮也沒問題。

　　桑樹灘是很多人喜歡涉足之地，雖然不大卻是小而美的海灘，附近的迎風嶺、觀音廟等都是有名的景點。另外鯨魚廟也是一定要去的，裡頭有一長達28公尺的鯨魚骨，據說此廟的由來，是因為牠為了保護頭頓漁民以致失去性命，所以當地人都十分地尊敬牠。

越南語系：01

3分鐘立即說越南語

作者／陳依僑‧Felipe Gei◎合著
出版者／哈福企業有限公司
地址／新北市中和區景新街347號11樓之6
電話／**(02) 2945-6285**　傳真／**(02) 2945-6986**
郵政劃撥／**31598840**　戶名／哈福企業有限公司
出版日期／**2013年10月** 再版5刷／**2018年1月**
定價／**NT$ 299元** (附贈MP3)

全球華文國際市場總代理／采舍國際有限公司
地址／新北市中和區中山路2段366巷10號3樓
電話／**(02) 8245-8786**　傳真／**(02) 8245-8718**
網址／**www.silkbook.com** 新絲路華文網

香港澳門總經銷／和平圖書有限公司
地址／香港柴灣嘉業街12號百樂門大廈17樓
電話／**(852) 2804-6687** 傳真／**(852) 2804-6409**
定價／**港幣100元** (附贈MP3)

email／haanet68@Gmail.com
網址／Haa-net.com
facebook／Haa-net 哈福網路商城

郵撥打九折，郵撥未滿1000元，酌收100元運費，
滿1000元以上者免運費，團購另有優惠

Copyright © 2013 Haward Co., Ltd.
著作權所有　翻印必究
如有破損或裝訂缺頁，請寄回本公司更換

國家圖書館出版品預行編目資料

3分鐘立即說越南語／
陳依僑‧Felipe Gei◎合著
—初版. 新北市中和區：哈福企業
2013[民102]
面；　公分—（越南語系01）
ISBN　978-986-5972-17-2（平裝附光碟片）
1.越南語言—會話　2.越南語言-詞彙

803.7988　　　　　　　　　　101005641

Häa-net.com
哈福網路商城

Häa-net.com
哈福網路商城

Häa-net.com
哈福網路商城

Häa-net.com
哈福網路商城